ஆதியாகமம்
ஓர் அறிமுகம்

வேதாகமத்தை திறத்தல்
காணொளி தொடர்கள்

டேவிட் பாவ்சன்

ANCHOR RECORDINGS

பதிப்புரிமை ©2025 - டேவிட் பாவ்சன் ஊழியம்

பதிப்புரிமை, வடிவமைப்பு மற்றும் உரிமையாளர் (முன்னுரிமை) சட்டம் 1988 இதன்படி, இச்சட்டத்திற்கு ஒத்திசைவாக, இந்த புத்தகப் பணியின் ஆக்கியோனாக திருவாளர். டேவிட் பாவ்சனின் உரிமை அடையாளம் காணப்பட்டு, அவ்வுரிமை அவராலேயே உறுதிபடுத்தப்பட்டது.

முதல் பதிப்பு கிரேட் பிரட்டன் ல் 2024-ஆம் ஆண்டு - Anchor என்ற டேவிட் பாவ்சன் பப்லிஷ்ஷிங் (David Pawson Publishing Ltd) நிறுவனத்தால் வெளியிடப்பட்டது.

Synegis House, 21 Crockhamwell Road,

Woodley, Reading RG5 3LE

வெளியீட்டாளரின் எழுத்துப்பூர்வ முன்அனுமதியின்றி இந்த வெளியீட்டின் எந்த ஒரு பகுதியும், மீண்டும் உருவாக்கம் பெறுதலோ, எலக்ட்ரானிக் மற்றும் இயந்திர பயன்பாட்டினால், நகலெடுத்தல், பதிவெடுத்தல், செய்திகளை சேகரித்தல் மற்றும் மீளவும் பெறுதல் போன்ற எந்த வடிவிலோ, எதன் மூலமாகவோ வெளியீட்டு அனுப்புதல்கள் தவிர்க்கப்பட வேண்டும் என வலியுறுத்தப்படுகிறது.

இலவசமாக பதிவிறக்கம் செய்ய

www.davidpawson.co.uk

மேலும் விவரங்களுக்கு, email:

contact@davidpawson.com

ISBN 978-1-917360-03-6

இங்கிராம் ஸ்பார்க்-ஆல் அச்சிடப்பட்டது

மொழியாக்கம் - திருமதி.கழகமணி காந்தசொரூபி நோபல்

இந்த கையேடு பிரசங்கித்ததை அடிப்படையாகக் கொண்டது. பேசப்படும் வார்த்தையிலிருந்து எழுதப்பட்டதனால், அதன் பாணி எனது வழக்கமான எழுதப்பட்ட பாணியிலிருந்து சற்றே வித்தியாசமாக இருப்பதை பல வாசகர்கள் காண்பார்கள். இது இங்கே காணப்படும் பைபிள் போதனையின் பொருளிலிருந்து திசைதிருப்பாது என்று நம்பப்படுகிறது. எப்போதும் போல, நான் சொல்லும் அல்லது எழுதும் எல்லாவற்றையும் பைபிளில் எழுதப்பட்டவற்றுடன் ஒப்பிட்டுப் பார்க்கவும், எந்த நேரத்திலும் ஒரு முரண்பாடு காணப்பட்டால், எப்போதும் வேதாகமத்தின் தெளிவான போதனையை நம்பியிருக்கவும் வாசகரிடம் கேட்டுக்கொள்கிறேன்.

டேவிட் பாவ்சன்

பொருளடக்கம்

- **பாகம் I** அடிப்படை நூல்..7
- **பாகம் II** படைத்தவரும் படைப்புகளும்.....................23
- **பாகம் III** படைப்புயிர்களும், தோற்றமும்...................30
- **பாகம் IV** ஏதேன் முதல் பாபிலோன் வரை...............57
- **பாகம் V** ஆபிரகாம் ஈசாக்கு, மற்றும் யாக்கோபு..127
- **பாகம் VI** யோசேப்பு மற்றும் இயேசு.........................133

பாகம் I: அடிப்படை நூல்

ஆதியாகமம்

முகவுரை:

வேதாகமம் என்பது ஒரே புத்தகம் அல்ல. அது பல புத்தகங்களின் தொகுப்பு. "பைபிள்" என்ற வார்த்தை பன்மை வார்த்தையான "பிப்லியா" (Biblia) விலிருந்து பெறப்பெற்றது. இதற்கு இலத்தீன் மொழியில் "நூலகம்" என்பது பொருளாகும். வேதாகமத்தில் மொத்தம் 66 புத்தகங்கள் அடங்கியுள்ளன. மற்ற எந்த வரலாற்று நூலையும்விட மிக வித்தியாசமாக ஆதியிலே தொடங்கி பின்னால் வரை முடிவடைகிறது. அதன் முதல்நூலாகிய ஆதியாகமம் பிரபஞ்சத்தின் ஆதியில் தொடங்கி, முடிவில் வெளிப்படுத்தின விசேஷம் உலகமுடிவையும் அதற்கப்பாலும் உள்ள நிகழப் போகின்றவைகளைக் கூறுவனவாக உள்ளன. கடவுளின் கருத்தின் கோணத்தில் எழுதப்பட்ட வரலாறாக இருப்பதால் தனித்தன்மையுடனும் வேதாகமம் விளங்குகிறது. ஒரு அரசியல் வரலாறோ, உலகின் பௌதீக வரலாறோ மனிதர்களின் ஆர்வம் மற்றும் விருப்பம் ஆகியவற்றால் நிர்ணயிக்கப்படும் நோக்கத்தைக் கருத்திற் கொண்டுள்ளன. ஆனால் வேதாகமத்தில் தமக்கு எது முக்கியத்துவம் வாய்ந்தது என கடவுள் தாமே தெரிவு செய்கிறார்.

கருத்துக்கள்: வேதாகமத்தில் இரண்டு முக்கிய கருத்துக்கள் உள்ளன. நாம் வாழும் உலகிற்கு என்ன தவறுதலாகப்போய்விட்டது?

அதனை எவ்வாறு சரிசெய்வது? என்பவைதான் அவைகள். அநேகர் நாம் வாழும் உலகம், வாழ்வதற்கு ஏற்றதல்ல, ஏதோ ஒன்று பெரும் பிழையானது ஏற்பட்டிருக்கிறது, என ஒத்துக்கொள்கிறார்கள். ஆதியாகமம் நூல் பிரச்சனை என்ன என்பதை மிகச் சரியாக நமக்கு எடுத்து சொல்கிறது. வேதாகமத்தின் பிறநூல்களெல்லாம், கடவுள் அந்த பிரச்சனையை தீர்த்து, பாவமுள்ள மனுக்குலத்தை பாவத்திலிருந்து எவ்வாறு விடுவித்து காப்பாற்றப் போகிறார் என்பதை சொல்கின்றன. 66 வேதாகமத்தின் நூல்களெல்லாம் "மீட்பு" என்றும் ஒரு பெரும் நாடகத்தின் அங்கமாக உருவெடுத்துள்ளன. ஆதியாகமம் மிகமுக்கியமான நூல். ஏனெனில் இப்பெரும் நாடகத்திற்கான மேடையமைப்பு, அளிப்பு மற்றும் கருப்பொருள் ஆகியவற்றைத் தெளிவாகக் கொடுப்பதற்கு ஆதியாகம புத்தகம் மிகவும் இன்றியமையாக் கருவியாக உள்ளது. மேலும் ஆதியாகம புத்தகத்தின் ஆரம்ப செய்திகளின் பக்கங்கள் இல்லாவிடில் வேதாகமத்தின் எஞ்சிய பகுதியால் கொஞ்சமும் அர்த்தம் இல்லாமறபோகும்.

ஆரம்பங்கள்: (Beginnings)

முதல் நூலாகிய இந்நூலுக்கு எபிரேய மொழியில், "ஆரம்பத்தில்" (in the beginning) என்று தலைப்பிடப்பட்டுள்ளது. எபிரேய வேதாகமம் சுருட்டி வைக்கப்படும் சுருளாக இருந்தன. ஒவ்வொரு நூலின் பெயரும் அப்புத்தகத்தில் முதலில் காணப்படும் பெயரைக்கொண்டு தலைப்பாக அமைந்தது. அதை யாவரும் பார்த்து புத்தகங்களைத் தேடிக்கண்டெடுக்க உதவியாக இருந்தது.

எபிரேயத்திலிருந்து பழைய ஏற்பாடு, கிரேக்க மொழியில் மொழிபெயர்க்கப்பட்டபோது, கி.மு. 250 ல், நூலின் தலைப்பை, ஜெனிஸிஸ் (Genesis) என்று மாற்றினார்கள். "மூலங்கள்" அல்லது "ஆரம்பங்கள்"

(origins or beginnings) என அதன் உண்மையான அர்த்தமுடன் வைக்கப்பட்டது. உண்மையிலேயே இந்த தலைப்பு மிகப்பொருத்தமானது. ஏனெனில் இந்த நூல் அநேகமான மூலாதாரங்களைத் தருவதாக உள்ளது. நம்முடைய பிரபஞ்சம், சூரிய, சந்திர நட்சத்திரங்கள் மற்றும் சகல வாள்கோடிகளின் ஆரம்பங்களைச் சொல்வதாக உள்ளது. இங்கே நமக்கு, கிரகங்கள், பறவைகள், மீன்கள், மிருகங்கள், மனிதர்கள் - ஆகியவைகளின் ஆரம்பங்கள் தெளிவாக தரப்பட்டுள்ளன. பாலியல்பு, திருமணம், குடும்பவாழ்க்கை, நாகரீகத்தின் ஆரம்பங்கள், அரசாங்கம், கலை, விஞ்ஞான கலாச்சாரங்கள், பாவம், மரணம், கொலைகள், போர்கள் - ஆகிய அனைத்திற்கும் ஆரம்பங்கள் தரப்பட்டுள்ளன. மேலும் மனித மற்றும் மிருகங்களின் ஆரம்ப பலியிடுதல் பற்றிய விவரங்களும் நமக்கு கிடைக்கின்றன. சுருங்கக் கூறின், மனுக்குலத்தின் வரலாற்றையே பாத்திரத்தில் நிரப்பி நமக்கு அளிக்கப்பட்டுள்ளது எனலாம். முதல் 11 ஆதியாகமத்தின் அதிகாரங்கள் வேதாகமத்தின் முன்னுரையாகத் திகழ்கின்றன.

வெளிப்பாட்டின் தேவை (The Need for Revelation)

ஆதியாகமம் ஆரம்பங்களை மட்டும் விவரிக்காமல், வாழ்வின் இறுதியான கேள்விகளையும் பற்றி ஆராய்வதாக உள்ளது. எங்கிருந்து நமது பிரபஞ்சம் வந்தது? ஏன் நாம் இங்கே இருக்கிறோம்? நாம் ஏன் மரிக்கவேண்டும்? என்பனவாகும்.

இந்த வினாக்களுக்கெல்லாம் எந்த மனிதனும் விடையளிக்கமுடியாது என்பது வெளிப்படையான உண்மையாகும். வரலாற்று வல்லுநர்கள், மக்கள் ஆதிகாலத்தில் கண்டிருந்தவைகளையும், அனுபவித்தவைகளையும் வரலாற்றின் ஏடுகளில்

பதிவு செய்துள்ளார்கள். விஞ்ஞானிகள் தற்போது காணப்படும் பொருள்களை உற்று கவனித்து இவற்றின் ஆரம்பம் எப்படியிருந்திருக்கலாம் என்று ஆராய்ச்சி செய்து கூறுகிறார்கள். ஆனால் எந்த குழுவினராலும் ஏன் இவைகளெல்லாம் தோன்றின, நாம் வாழும் பிரபஞ்சத்திற்கு ஏதேனும் அர்த்தமுண்டா என அறுதியிட்டுக் கூறமுடியவில்லை. தத்துவஞானிகளும் கூட இவைகளைக்குறித்து யூகங்களைத்தான் செய்யமுடியுமேதவிர வேறில்லை. பாவத்தின் ஆரம்பத்தையும், ஏன் உலகில் இந்த அளவு வேதனைகள், பாடுகள் உள்ளன என யூகங்களைத்தான் முன்வைக்க முடியுமேதவிர அவர்களுக்கு உண்மையில் எதுவும் தெரிவதில்லை. இவ்வனைத்து வினாக்களுக்கும் பதில் சொல்லக்கூடிய தகுதி கடவுளுக்கு மட்டுமே உள்ளது.

யார் இந்நூலை எழுதியிருக்கிறார்கள்? (Who wrote it?)

ஆதியாகமபுத்தகத்தை நாம் திறந்தவுடனே நாம் எதிர்கொள்ளும் கேள்வி: நாம் மனிதமனத்தின் கற்பனைகளுக்கான விடையை வாசிக்கிறோமா? அல்லது தெய்வீக ஏவுதலினால் எழுதப்பட்ட நூலை வாசிக்கிறோமா? என்பதுதான்.

இக்கேள்விக்கான பதிலை, விஞ்ஞான வினாக்களுக்கு ஆராய்ச்சிகளின் பயனாகப் பெறுவதுபோன்ற அணுகுமுறையைப் பயன்படுத்திப் பெறலாம். விஞ்ஞானம் நம்பிக்கையின் படிநிலைகளின் அடிப்படையில் அமைந்துள்ளது. ஒருக்கருத்தை உருவாக்கிக்கொண்டு உண்மைகளோடு அக்கருத்து ஒத்துள்ளதா என சோதித்தறியப்படுகிறது. எனவே அறிவியல் (விஞ்ஞானம்) தொடர்ந்த நம்பிக்கையின் தகவல்களால் முன்னேறிச் செல்கிறது. கொள்கைகள்

அதன் அடிப்படையில் உருவாக்கப்பெற்று செயல்முறைப்படுத்தப்படுகின்றன. இதைப்போலவே ஆதியாகமத்தை முறையாக படிக்கத்தொடங்குவதற்கு முன்னமே ஒரு விசுவாசப்படி நிலையை எடுக்கவேண்டும் - விசுவாசத்தோடு அடி எடுத்து வைக்க வேண்டும். வேதாகமத்தை கடவுளால் ஏவப்பட்டு எழுதப்பட்ட நூல் என்ற கருத்தை தேர்ந்து கொண்டு, அது தருகின்ற பதில்கள் வாழ்க்கையின் உண்மைகளோடும் இப்பிரபஞ்சத்தோடும் நாம் காணுகின்ற விதமாக ஒத்துப்போகிறதா எனக் கண்டறிய வேண்டும்.

இரண்டு தெளிவான உண்மைகள் குறிப்பாக ஆதியாகமத்தில் பூரணமாக விளக்கப்பட்டுள்ளன. முதலாம் உண்மை யாதெனில் நாம் அசாதாரணமான பல்வேறு வகை படைப்புகளுடைய கம்பீரமான அழகுமிக்க உலகத்தில் வாழ்கிறோமா என்பது. இரண்டாவது உண்மை யாதெனில் இந்த அழகுமிக்க உலகம் அதில் வாழ்ந்து கொண்டிருப்பவர்களால், சீரழிக்கப்பட்டுக் கொண்டு வருகிறது என்பது. ஒவ்வொரு நாளும் நூற்றாண்டுக்களாக பல்வேறுவகை உயிரினங்கள் அழிந்து கொண்டிருக்கின்றன. நவீன உற்பத்திகளினால் உண்டாகும் சுற்றுப்புற சூழ்நிலைகளின் மீதான தீயவிளைவுகளைப் பற்றி நாம் அதிகமாக உணர்ந்து வருகிறோம். ஆதியாகமம் இந்த இரு உண்மைகளும் உள்ளதென தெளிவாக விளக்குவதை பின்னர் காணலாம்.

ஆதியாகமத்தின் அமைப்பிடம்:

ஆதியாகமம் வேதாகமத்தின் முதல்நூலாக மட்டுமின்றி முழுவேதாகமத்தின் அடிப்படையான நூலாகவும் விளங்குகிறது. அநேகமாக, ஒருவேளை எல்லாம் இல்லாவிடினும் வேதாகம உண்மைகள் கருப்பொருளாகவாவது இந்நூலில் சேர்க்கப்பட்டுள்ளன.

வேதாகமத்தின் மற்றபுத்தகங்களைத் திறந்து பார்ப்பதற்கான திறவுகோல் - இந்நூல் எனலாம். இந்த பிரபஞ்சத்தையெல்லாம் படைத்த கடவுள் ஒருவர் இருக்கிறார் என இந்நூலில் கற்றறிகிறோம். அனைத்து நாடுகளிலும், இஸ்ரவேல் நாடு கடவுளின் ஆசீர்வாதத்திற்கெனவே தெரிந்து கொள்ளப்பட்ட நாடு-மக்கள் என்பதை அறிந்து கொள்கிறோம். எல்லா நாடுகளுக்குள்ளும் இஸ்ரவேல் நாடு மாத்திரம் விசேஷமாக ஆசீர்வதிக்கப்படுவதற்காக தெரிந்து கொள்ளப்பட்டது என நமக்குச் சொல்லப்படுகிறது. இதனைக் கல்வியாளர்கள் "குறிப்பிடப்பட்டதின் அவதூறு" (The Scandal of Particularity) என அழைக்கிறார்கள் - எல்லா நாடுகளுக்கும் இஸ்ரவேல் நாடு விசேஷித்ததாக ஆசீர்வாதத்திற்காக தேர்வு செய்யப்பட்டுள்ளதை இவ்வாறு குறிப்பிடுகிறார்கள். இந்த கருத்துதான், வேதாகமத்தின் இறுதி பக்கம் வரை நீண்டு செல்கிறது.

ஆதியாகமத்திற்கு பதிலாக யாத்திராகம புத்தகத்தைக் கொண்டு வேதாகமம் ஆரம்பிக்கப்பட்டிருக்கலாமே என நாம் நம்மையேக் கேட்டுக்கொள்வோமானால், அது ஆதியாகமத்தின் முக்கியத்துவத்தை உறுதிப்படுத்துவதாக காணலாம். இவ்வாறு இருக்கையில், எகிப்திலிருந்த யூத அடிமைகளைப் பற்றி நாம் ஏன் அந்த அளவு ஆர்வம் காட்டவேண்டும் என ஆச்சரியப்படுவோம். நமக்கு குறிப்பிடத்தக்கதாக, இந்த பொருளின் மீது கல்வி கற்பவனுடைய ஆர்வம் இருந்தால்தான் நாம் மேலே தொடர்ந்து வாசிக்கமுடியும். நாம் ஆதியாகம புத்தகத்தை வாசித்தால் தான் இந்த யூத அடிமைகள் ஆபிரகாமின் வழியில் வந்தவர்கள் என்ற அவர்களின் முக்கியத்துவம் நமக்குப் புரியும். கடவுள் ஆபிரகாமோடு ஒரு உடன்படிக்கை செய்திருந்தார். அதன்படி அனைத்து நாடுகளும் ஆபிரகாமின் சந்ததியினால் ஆசீர்வதிக்கப்பட்டு இருக்கும் என்பதே அது. இதை நாம் தெரிந்துகொண்டால் கடவுள் இந்த

அடிமைகளின் பாதுகாப்பில் காட்டிய ஆர்வத்தையும், அவரது நோக்கங்களின் வெளிப்பாடும் எவ்வாறு வென்றெடுக்கப்பட்டன என்பதை நாம் பாராட்டமுடியும்.

ஆதியாகமம நூல் எவ்வகை இலக்கியமாக உள்ளது?

ஆதியாகமத்தின் அநேக வாசகர்கள் இந்நூல் கடவுளின் வெளிப்பாடாக இருக்கக்கூடும் என்று போதுமான அளவிற்கு விவாதங்கள் இருப்பதை அறிந்துள்ளனர். சிலர் இந்நூல் வரலாற்று பின்னணியங்கள் கொண்ட ஒரு கற்பனையான கட்டுக்கதையாக இருக்கக்கூடும் என்று கருத்து தெரிவிக்கின்றனர். நான் மூன்று ஆரம்ப நிலைக்கருத்துக்களை இது குறித்து குறிப்பிட விரும்புகிறேன்.

1. முழுவேதாகமும், ஆதியாகம புத்தகத்தின் அடிப்படையில் தான் கட்டமைக்கப்பட்டுள்ளன. முழுமையும் ஆதாம், நோவா, ஆபிரகாம், மற்றும் யாக்கோபு (பின்னாளில் இஸ்ரவேல் என அறியப்பட்டவர்) ஆகியோரின் பண்புகளின் எடுத்துக்காட்டுகள் வைக்கப்பட்டுள்ளன. பழைய ஏற்பாட்டு நூலையும் மிஞ்சி, புதிய ஏற்பாட்டில் அதிகமான எடுத்துக்காட்டுகளுடன், ஆதியாகம நூல் அதற்கு அடித்தளமாக விளங்குகிறது. புதிய ஏற்பாட்டில் ஆதியாகமத்தின் முதல் ஆறு(6) அதிகாரங்கள் மிகத்தெளிவாக எடுத்துக்காட்டுகளாகப் பயன்படுத்தப்பட்டுள்ளன. ஏதாவது ஒருவிதத்தில் ஆதியாகமத்திலிருந்து மேற்கோள்கள் காட்டி எட்டுபெரும் புதிய ஏற்பாட்டு ஆசிரியர்கள் அனைவரும் தங்கள் நூல்களை எழுதியுள்ளனர்.

2. ஆதியாகமத்தின் வரலாற்று பெருமதிப்பைக் கருத்தில் கொண்டவராக இயேசு தாமே,

ஆதியாகமத்து மக்களையும் நிகழ்வுகளையும் உண்மையான வரலாற்றின் அங்கங்களாகவே அடிக்கடி அவர்களை மேற்கோள் காட்டி இது சம்மந்தமாக எழும் கேள்விகளுக்கெல்லாம் பதிலளிக்கிறவராக இருக்கிறார். நோவா, மற்றும் அவர்காலத்துப் பெருவெள்ளத்தை இயேசு ஒரு உண்மையான வரலாற்று நிகழ்வாகக்கருதி குறிப்பிட்டுள்ளனர். ஆபிரகாமோடு தமக்கு இருந்த தனிப்பட்ட நட்புறவையும் எடுத்துரைத்துள்ளார். யூதர்களுக்கு இயேசுதாமே பேசிய வார்த்தைகளை யோவான் தமது நற்செய்தி நூலில் இவ்வாறாக பதிவுசெய்துள்ளார். "உங்கள் தகப்பனாகிய ஆபிரகாம் என்னுடைய நாளைக் காண ஆசையாயிருந்தான். கண்டு களிகூர்ந்தான்... ஆபிரகாம் உண்டாகிறதற்கு முன்னமே நான் இருக்கிறேன்...". இயேசு உலகத்தோற்றத்தின் போது இருந்திருக்கிறார் என்பதையும், யோவான் நமக்கு நினைவூட்டுகிறார். திருமணம் மற்றும் விவாகரத்து போன்றவற்றைக் குறித்த விடைகளுக்கு இயேசு ஆதியாகமம் 2ஆம் அதிகாரத்திற்கு நேராய் வழிநடத்தி அதற்கான பதிலை அங்கே கண்டு கொள்ளமுடியும் என்று கூறியிருக்கிறார். இயேசு தாமே ஆதியாகமத்தை சத்தியம் என்று நம்பியிருந்தார் என்றால் நாம்வேறு வகையாக சிந்திப்பதற்கான காரணமே இல்லை.

3. அப்போஸ்தலனாகிய பவுலின் இறையியல் அறிவின்படி, ஆதியாகமம் வரலாற்று பூர்வமாக உண்மையானது எனக்கருதப்படுகிறது. ரோமருக்கு பவுல் எழுதியுள்ள 5 ஆம் அதிகாரத்தில், இயேசுவின் கீழ்ப்படிதலை ஆதாமின் கீழ்ப்படியாமை வேறுபாட்டோடு ஒப்பிட்டு விளக்குகிறார். விசுவாசியின் வாழ்வில் அதன் விளைவுகளை விவரித்துள்ளார். ஆதாம் ஒரு உண்மையான

வரலாற்று நபராக இல்லாவிடில் மேலே குறிப்பிட்ட விவரத்தில் அர்த்தம் இருக்காது.

ஆதியாகமம் உண்மையானதல்லவென்றால் வேதாகமத்தின் மீதமுள்ள பகுதிகளும் அவ்வாறே இருக்கும். இவ்வாறான கருத்துக்கள் ஆதியாகம நூலுக்கு மட்டும் பாதிப்பை ஏற்படுத்தாது. ஆதியாகமத்தை சத்தியம் என்று நாம் ஏற்றுக் கொள்ளாவிடில் வேதாகமத்தின் எஞ்சிய பகுதிகளையும் நாம் சார்ந்திருக்க முடியாது. நாம் ஏற்கனவே கண்டுள்ளபடி, வேதாகமத்தின் விவரங்கள் யாவும், ஆதியாகமத்தின் அடிப்படையான உண்மைகள் மீதுதான் கட்டமைக்கப்பட்டுள்ளன. ஆதியாகமம் உண்மையில்லையென்றால் "வாய்ப்பு" (chance) தான் நம்மைப்படைத்ததாகவும், காட்டுத்தனமான மிருகங்கள்தான் நமது முன்னோர்களாக இருந்திருப்பார்கள். முழுவேதாகமத்திலும், இந்த முதல்நூல்தான் வேறெந்த நூலையும்விட அதிக அளவு தாக்குதல்களை பெற்றுள்ளது என்பதில் ஆச்சரியப்பட ஏதுமில்லை.

இருமுனைகளில் இதற்கான தாக்குதல் உணரப்படுகின்றன. ஒன்று விஞ்ஞானபூர்வமானது, மற்றொன்று ஆவிக்குரியது. பின்னால் ஆதியாகமத்தில் உள்ள விவரங்களைப் படிக்கும்போது விஞ்ஞானபூர்வ தாக்குதலின் அம்சங்களை ஆராய்ந்தறியலாம். தற்போது ஆதியாகம புத்தகத்தின் ஆரம்ப அதிகாரங்களில் உள்ள அநேக விவரங்கள் நவீன அறிவியலின் அளவுகளோடு ஒத்துப்போகவில்லை என்ற கருத்தை மாத்திரம் கவனத்தில் எடுத்துக் கொள்வது அவசியம். பூமியின் வயது, மனிதனின் ஆரம்பம், ஜலப்பிரளயக் காலம் பிரளயத்திற்குமுன்னும் பின்னும் மக்களின் ஆயுட்காலம் போன்ற விவரங்கள் நவீன அறிவியலுடன்

ஒத்துப் போகவில்லை என்பது ஒரு அறிவியல் தாக்குதலாக இருந்தது. இந்த அறிவியல் தாக்குதலை சாத்தானின் தாக்குதலாக நாம் பகுத்தறியக் கூடும். வேதத்தில் சாத்தானுக்குப் பிடிக்காத இரண்டு நூல்கள், உலகினுள் அவன் நுழைவதைக் கூறும் ஆதியாகம புத்தகமும் அவனது கவுரமற்ற வெளியேறுதலை குறிக்கும் வெளிப்படுத்தின விசேஷமும் ஆகும். ஆகவேதான் அவன் ஆதியாகமபுத்தகத்தின் ஆரம்ப அதிகாரங்களையும், வெளிப்படுத்தின விசேஷத்தின் இறுதி அதிகாரங்களையும் மக்கள் படித்து நம்பிவிடாதபடிக்கு தடைசெய்ய விரும்புகிறான். ஆதியாகமம் ஒரு கட்டுக்கதை (myth) வெளிப்படுத்தல் விசேஷம் ஒரு மாயாவிநோதம் (mystery) என்று நம்மை நம்பவைப்பதில் சாத்தான் தொடர்முயற்சியை மேற்கொள்வானாகில் மேலும் மேலும் தொடர்ந்து சென்று அநேக மக்களின் விசுவாசத்தை அவன் சீர்குலைத்துக் கொண்டே இருக்கக்கூடும்.

ஆதியாகமம் எவ்வாறு எழுதப்பட நேர்ந்தது?

யூதவேத நூல்கள் ஐந்தின் தொகுப்பாக “பெண்ட்டாடச்” (Pentateuch) எனவும், கட்டளைகள் என்று தோரா (Torah) எனவும் அழைக்கப்படும் ஐந்து நூல்களுள் ஒன்றாக ஆதியாகமம் விளங்குகிறது. யூதர்கள் இந்த ஐந்து நூல்களின் தொகுப்பை, உலகைப் “படைத்தவராகிய இறைவனின் கட்டளைகள்” எனப்போற்றி, இவைகள் உலக மக்கள் பின்பற்ற வேண்டியவைகளானதால் வாரம் ஒரு பகுதியென ஒவ்வொரு வருடமும் படித்துவருவார்கள்.

பாரம்பரியமாக, யூதர்களும், கிறிஸ்தவர்களும், புறஜாதி வரலாற்றிற்குரியவர்க்கும்கூட இந்த ஐந்து ஆகமங்களும் மோசேதான் எழுதியிருந்தார் என நம்பினார்கள். அதில் ஒரு சந்தேகமும் கொள்வதற்கு

இல்லை. மோசேயின் காலக்கட்டத்தில் எகிப்தில் பயன்பாட்டில் இருந்த மடங்களின் (உருவமொழி) மொழி போய் எழுத்துக்கள் பயன்படுத்தப்படலாயின. உருவ மொழி இன்றும் இப்போதும் சீனாவிலும், ஜப்பானிலும் நடைமுறையில் உள்ளன. மோசே சர்வகாலசாலையில் கற்றவராக இருந்தபடியால் இந்த ஐந்து நூல்களையும் எழுதவும் தொகுக்கவுமான அறிவாற்றலைப் பெற்றிருந்தார். எனினும் மோசேதான் ஐந்துபுத்தகங்களை எழுதினார் எனக்கருதுவதில் இரண்டு பிரச்சனைகள் உள்ளன.

மோசேயின் நூலாக்கத்திலுள்ள பிரச்சினைகள்:

முதல் பிரச்சினை மிகச்சிறியது, உபாகமத்தின் இறுதியில் மோசேயின் மரணம் பதிவுசெய்யப்பட்டுள்ளது. அவர் அந்த பகுதியை எழுதியிருப்பது சாத்தியமானதல்ல. ஐந்து ஆகமங்களை முழுமையாகப் பெறுவதற்காக யோசுவா முடிவுரையாக ஏதேனும் இறுதியில் சேர்த்திருக்கக்கூடும்.

இரண்டாவது பிரச்சினை மிகப் பெரியது. ஆதியாகம புத்தகம் மோசே பிறப்பதற்கு 300 வருடங்களுக்கு முன்னதாகவே முடிவடைந்து விடுகிறது. யாத்திராகமம், லேவியராகமம், எண்ணாகமம், உபாகமம் ஆகியவைகளை எழுதியிருப்பதில் மோசேவுக்கு எந்த பிரச்சினையும் இருந்திருக்க முடியாது. ஏனெனில் அவற்றில் பதிவு செய்யப்பட்டுள்ள விவரங்கள் நடைபெறுகையில் மோசே வாழ்ந்து கொண்டிருந்தார். ஆனால் ஆதியாகமம் எழுதப்பட அவருக்கு எங்கிருந்து கருத்துருக்கள் கிடைத்திருக்கக் கூடும்?

இந்த பிரச்சினைக்கு மிகச்சுலபமாக தீர்வு காணப்பட்டுள்ளது. எனினும் புத்தகங்கள் இல்லாத காலத்து கலாச்சாரம் பற்றி கற்றறிந்து ஆராய்ச்சி

செய்பவர்களின் கூற்றின்படி, எழுதிவைக்கத்தெரியாது எழுத்தறியாத மக்களுக்கு தனித்துவமான அசாதாரணமான நினைவாற்றல் இருக்குமென வெளிப்படுத்தப்பட்டுள்ளது. எழுத்தறிவில்லாத பழங்குடியினர் தங்கள் முகாம்களில் நடைபெறும் சுடரொளிக் களியாட்டங்களின் போது கேள்விப்படும் விவரங்களிலிருந்து தங்கள் வரலாற்றை நன்கு கற்றறிந்து கொள்கிறார்கள்.

இவ்வாறான வாய்மொழிவழியாகக் கற்றுத் தெரிந்துகொள்ளுதல் ஆதிவாசிகளிடமிருந்த மிக அழுத்தமானதொரு பழக்கமாகும். இத்தகைய சூழ்நிலை எபிரேயர்கள் மத்தியிலும் காணப்பட்டிருக்கலாம். குறிப்பாக சிறைப்பட்டவர்களாக எகிப்தில் இருந்தபோது எபிரேயர்கள், தங்கள் பிள்ளைகளுக்குத் தாங்கள் யாரென்பதையும் எங்கிருந்து அவர்கள் வந்தவர்கள் என்பதையும் தெரிந்து கொள்ளவேண்டும் என்று விரும்பியிருப்பார்கள்.

இவ்வகையான நினைவாற்றல் வடிவத்தில் சாதாரணமாக இரண்டு வகையான வரலாறு கடந்து வந்திருக்க வேண்டும். ஒன்று - குடும்ப மரத்தின் அங்கங்களை தெளிவுபடுத்தும் வம்சாவளி வரிசை (genealogy) அநேக வம்ச வரலாறுகள் ஆதியாகம புத்தகத்தில் - இன்னாருடைய வம்ச அட்டவணை என்ற வார்த்தைகள் (சில மொழிபெயர்ப்புகளில் இவர்கள் இன்னாருடைய மகன்கள்) போன்று ஏறக்குறைய 10 முறை வருகின்றன. மற்றொன்று சகாப்தம் (அல்லது) வீர தீர கதாநாயகனின் கதை என்பதாகும் - முன்னாட்களில், முன்னோர்கள் செய்திருந்த அரும்பெரும் செயல்களை விளக்கிக் கூறுதல் அதுவாகும். ஆதியாகமம் முழுவதும் இந்த இரு அம்சங்களை வைத்து உருவமைக்கப்பட்டுள்ள வரலாறாக உள்ளது. பெரும் கதாநாயகர்களின் கதைகளை உட்புகுத்தி குடும்ப மரங்களின் அட்டவணைக்

காணப்படுகிறது. இதனைக் கருத்திற்கொண்டு எவ்வாறு ஆதியாகம புத்தகத்தை மோசே எகிப்தின் அடிமைகள் அவர்களின் ஞாபகத்திலிருந்து கூறிய விவரங்களை சிறிது சிறிதாக சேகரித்து எழுதியிருக்கிறார் என்பதை சுலபமாக பார்க்க முடியும்.

எனினும், இது மோசேதான் ஆதியாகமத்தின் எழுத்தாளர் என்பது பற்றிய அனைத்து கேள்விகளுக்கும் விடைகூற முடியாது. ஏனெனில் ஆதியாகமத்தின் ஒரு மோசேயினால் அதுபோல விவரங்கள் சேகரித்திருக்க முடியாது எனத்தெரிகிறது. அப்பகுதி ஆதியாகமம் 1:1 தொடங்கி 2:3 வசனங்கள் வரையிலானது. (ஏனெனில் அதிகாரங்களின் பிரிவு அவ்விடத்தில் தவறாக உள்ளது) பின் எவ்வாறு மோசே உலகத்தோற்றம் பற்றிய விவரங்களை வடிவமைத்திருக்கக்கூடும்.

இந்த இடத்தில்தான் நாம் நமது விசுவாசத்தை பயன்படுத்திக் கொள்ள வேண்டும். சங்கீதம் 103ல் கர்த்தர் தமது வழிகளை மோசேவுக்குத் தெரியப்பண்ணினார் என்பதில் உலக உருவாக்கம் பற்றிய விவரங்களையும் சேர்த்துத்தான் என்பது தெளிவாகிறது. உலகத்தின் முடிவு பற்றிய விவரங்களை வெளிப்படுத்தல் விசேஷத்தில் எப்படி, என்ன எழுதவேண்டும் என யோவானுக்குத் தெளிவாகச் சொல்லி எழுத வைத்ததுபோல, இவ்வாறு கடவுளால் சொல்லப்பட்டு மனிதரால் எழுதப்பட்டிருக்கும் வேதாகமத்தின் சிலபகுதிகளில் இந்தப்பகுதியும் ஒன்றாக இருக்கிறது. ஏவுதலால் எழுதுபவர்களை ஊக்கமடைந்து தமது வழக்கமாக, கடவுள் எழுதுபவர்களை உத்வேகப்படுத்தி, தமது வார்த்தையை வடிவமைத்து எழுதும்படியாக அவர்களைத் தங்கள் மனநிலை, ஞாபகசக்தி, உள்ளுணர்வு மற்றும் வெளிப்படையான நோக்கம் ஆகியவைகளை பயன்படுத்தச்செய்வார். (மோசே ஆதியாகமத்தின் பிற பகுதிகளை எழுதும்படி அவரோடு கூட இருந்ததுபோல) எனவே கடவுள் தாம்

என்ன எழுதப்பட வேண்டும் என்று நினைத்தாரோ அதனை விளைவிக்கும் பொருட்டு தமது ஆவியின் உந்துதலின் மூலம் மோசேயின் தன்னார்வத்தை மாற்றியமைத்தார். ஆனால் உலகத்தோற்றம் பற்றிய விவரங்களைத் தாமாகவே நேரடியாகவே வெளிப்படுத்தினார்.

இதனை உறுதிபடுத்தும்படியான விவரமாக, மோசேயின் நாட்களுக்கு முன்னால், ஓய்வுநாள் ஆசரிக்கப்பட்டதாக பதிவுகள் எதுவும் இல்லை. ஆதிபிதாக்களின் வாழ்நாட்களில் ஒரு நாளை ஓய்வுநாளாக ஆசரித்தார்கள் என்று நாம் எங்கும் வாசிக்கவில்லை. உண்மையிலேயே, 7 நாட்கள் கொண்ட வாரம் என்ற ஒரு காரியம் நடைமுறையில் இருந்ததற்கான எந்த ஒரு ஆதார அடையாளமும் இருக்கவில்லை. மாதங்கள், வருடங்கள் என்றுதான் காலவரையரைகள் குறிக்கப்பட்டிருப்பதாக அறிகிறோம். வேதாகமத்தின் ஆரம்பத்தில் ஆதியாகமம் முதல் அதிகாரத்தின்படி, ஆதாமுக்கு ஓய்வுநாள் குறித்து தெரிந்திருக்கக்கூடும் எனவும், தனக்கு பின்வருபவர்கள் கைக்கொள்ளும்படியாக அவன் அதை அநுசரித்திருக்க வேண்டும் எனவும் நாம் தவறுதலாகப் புரிந்து கொண்டிருக்கிறோம். ஆனால் அதற்கு பதிலாக ஆதாம் ஏதேன் தோட்டத்தை ஒவ்வொருநாளும் கண்காணித்து வருகையில் கர்த்தரோடு மாலைவேளைகளில் சஞ்சரிக்க நேரம் கிடைத்திருக்கும். அதைப்போலவே ஆபிரகாம் ஈசாக்கு அல்லது யாக்கோபு ஆகியோர் ஓய்வு நாளென்று ஒருநாளை எடுத்துக் கொண்டதாக ஆலோசனை ஏதுமில்லை. அவர்கள் மேற்கொண்டிருந்த மேய்ச்சல் தொழில் ஓய்வு கொள்வதற்கு அவர்களுக்கு நேரமே கொடுக்கவில்லை.

மேலே குறிப்பிட்டவண்ணம் கடவுளிடமிருந்து மோசே ஓய்வுநாள் அநுசரிப்போடு கூடிய வேதாகமத்தின்

முதல் அதிகாரத்தைப் பெற்றிருக்கக் கூடுமானால் இவைகளெல்லாம் நம்மை ஆச்சரியத்தில் ஆழ்த்த அவசியம் இருக்காது. இந்த அறிதலோடு, மோசே 10 கட்டளைகளின் மூலம், இஸ்ரவேலின் வாழ்வில் ஓய்வுநாள் பற்றிய கருத்தினை அறிமுகப்படுத்தியிருக்க முடிந்தது.

இவ்வாறு நாம் தொகுத்துரைக்கலாம்:

ஆதியாகமம் மிகத்தெளிவாக தேவனிடத்தில் இருந்து கிடைத்த நூலாகும். அதனை இப்படியாகக் கருதியே வாசிக்க வேண்டும். மோசே தனது கல்வியையும் கடவுளிடமிருந்து பெற்ற எழுதுகின்ற வரத்தின் ஆற்றலையும் பயன்படுத்தி, எகிப்தில் கர்த்தர் செய்த அற்புதங்களையும், ஆபிரகாமை அவர் அழைத்ததின்மூலம் மனிதகுல வீழ்ச்சியை திருப்பிப்போட்ட விவரத்தையும் தெளிவாக பதிவு செய்திருக்கிறார்.

ஆதியாகமத்தின் வடிவமைப்பு: The Shape of Genesis

ஆதியாகமத்தின் முழு வடிவமைப்பு கவனித்துப் பார்க்கத்தக்க படிப்பினையாக உள்ளது. புத்தகத்தின் முதல் காற்பங்கான (1-11 அதிகாரங்கள்) பாகத்தை மிகத்தெளிவான ஒரு தொகுதியாகப் பார்க்கிறோம். இப்பகுதியில் அநேக நூற்றாண்டுகளாக தேசங்களின் வளர்ச்சியும், பரவலும், (செழுமை பிறைச்சந்திர வடிவ பூமி) (Fertile crescent) எகிப்திலிருந்து மத்திய கிழக்கு பகுதியில் பாரசீக வளைகுடா வரை பரவியிருந்த நாடுகளின் வளர்ச்சி) குறிப்பிடப்பட்டுள்ளன. அதிகாரம் 12ல் கர்த்தர் ஆபிரகாமை அழைத்த நிகழ்வுடன் தண்ணீர்ப்பந்தல் (watershed) வருகிறது. அடுத்த முக்காற்பகுதி நூல் மிகக்குறுகிய நோக்குடன், ஆபிரகாமுடன் அவருடைய வழித்தோன்றல்களான

ஈசாக்கு யாக்கோபு மற்றும் யோசேப்பு ஆகியோருடன் கர்த்தரின் வழிநடத்துதல்கள், செயல்பாடுகள் ஆகியவற்றைப் பதிவு செய்யப்பட்டதாக உள்ளது.

வேதாகமத்தின் இந்த முழுவடிவமைப்பில் மற்ற பிரிவுகளும் உள்ளன. 1-2 அதிகாரங்களில் மனித குலத்தையும்சேர்த்து, அனைத்தும் நலமானதாக விவரிக்கப் பட்டுள்ளது. 3-11 அதிகாரங்களில் பாவத்தின் தோற்றம்பற்றியும் அதன் விளைவுகளையும் மனிதனின் ஆவிக்குரிய வீழ்ச்சியையும் ஏதேன் தோட்டத்திலிருந்து துரத்தப்படுதலையும் காண்கிறோம். கடவுளின் குணாதிசியத்தையும், மனிதனைத் தண்டிப்பதில் அவரது நீதி நியாயத்தையும், தண்டனை அளித்தும் அதனுள்ளே அவரது கிருபையின் அருளையும் காண்கிறோம்.

அதிகாரங்கள் 12-36ல் 6 மனிதர்களின் முரண்பாடுகளைக் காண்கிறோம். ஆபிரகாம் காலத்து ஈசாக்கு (வாக்குதத்தின் பிள்ளை) மற்றும் இஸ்மவேல் (மாம்சத்தின் படியான பிள்ளை) மற்றும் ஏசா, யாக்கோபு ஆகியோர். இரண்டு வகையான மக்களை நாம் இங்கே சந்தித்து நாம் எந்த பிரிவில் உள்ளோம் என வினவப்படுகிறோம். தேவன் ஆபிரகாம், ஈசாக்கு, யாக்கோபு என்ற மூவர் மேலும், அவர்களின் குறைவுகளைப் பெரிதுபடுத்தாமல் தமது புகழின் மூலமாகவே அவர்களை நிறைவுபடுத்துகிறார். இறுதியாக வேதாகம பகுதி, யோசேப்பு என்ற முற்றிலும் வித்தியாசமான பண்புகளுடைய மனிதன்மீது கவனம் செலுத்துகிறது. பின்னால் நாம் யோசேப்பு எவ்வாறு தனது மூதாதையரிலும் வேறுபட்டவனாக இருந்தான் என பார்க்கலாம்.

பாகம் II: படைத்தவரும் படைப்புகளும்

ஆதியிலே தேவன்:

நாம் இப்போது ஆதியாகம நூலைப்பார்ப்போம். மிக வியப்பிற்குரிய அதிகாரத்துடன் நூல் ஆரம்பமாகிறது. ஆதியிலே என்ற வார்த்தையுடன் நூல் ஆரம்பிக்கிறது.

ஆதியாகமநூல் அநேக ஆரம்பங்களைக் கொண்டதாக உள்ளது. ஆனால் கடவுள் தாமே இந்நூல் தொடக்கத்தில் ஆரம்பமாகவில்லை. இந்நூல் ஆரம்பிக்கும் முன்னமே அவர் இருந்தார். பிரபஞ்சங்களின் தோற்றங்களுக்கு முன்னரே தேவன் இருந்திருக்கிறார். கடவுள் எங்கிருந்து வந்தார் எனத் தத்துவார்த்தமாக கேட்கப்படும் கேள்விகள் யாவும் உண்மையில் கேள்விகளே அல்ல. நித்தியமான ஏதோ ஒன்று. அல்லது எவரோ ஒருவர் பிரபஞ்சங்கள் தோன்றுமுன்னே இருந்திருக்கக்கூடும். அவர்தான் கடவுள் என்பதில் வேதம் தெளிவாக உள்ளது. வேதாகமத்தின் அடிப்படையான கருத்து என்னவென்றால் கடவுள் நித்தியமானவர். அவர் இருந்தவரும், இருக்கிறவரும், இருக்கப்போகிறவருமானவர் அவருடைய பெயர் யாவே. அச்சொல் 'இரு' என்ற வினைச்சொல்லின் எச்சவினை (வினையெச்சம்) ஆகும். 'யாவே' என்ற சொல்லில் அடங்கியுள்ள ஆங்கில வார்த்தை, எப்போதும் (always) என்பதாகும். அவர் (கடவுள்) எப்போதும், நேற்றும் இன்றும், என்றும் மாறாதவராக இருக்கிறார் என கடவுளின் தன்மையை உள்ளடக்கியதாக உள்ளது.

கடவுள் இருப்பதை நாம் விவரிக்கவோ விளக்கவோ தேவையில்லை எனினும் மற்ற யாவற்றின் இருப்பை விளக்க வேண்டியது அவசியமாக உள்ளது. இக்கருத்து நவீன கருத்துகளுக்கு முற்றிலும் எதிரானதாக உள்ளது. இதன்படி சுற்றியுள்ள பொருட்களைக்கண்டு, கடவுள் இருப்பதை நிரூபிக்க வேண்டியதாகும். வேதாகமம் இக்கேள்விக்கு மற்றொரு கோணத்திலிருந்து பதில் கூறுகிறது. அதாவது கடவுள் ஏற்கனவே எப்போதும் உள்ளவராகத்தான் இருக்கிறார். சுற்றி நாம் காணும் பொருட்கள்தான் எப்படி இயக்கத்திற்கு வந்தன என பதில் கூறவேண்டியதாக இருக்கிறது.

உறுதியாக, மோசே இவைகளை எழுதும்போது ஒவ்வொரு யூதனுக்கும் கடவுள் இருக்கிறார் என்ற உண்மை தெரிந்திருந்தது. கடவுள் அவர்களை (இஸ்ரவேலரை) எகிப்திலிருந்து மீட்டுக்கொண்டு வந்தது, செங்கடலைப் பிளந்து எகிப்திய இராணுவத்தை மூழ்கடித்தது ஆகியவை யூதர்களுக்கு ஒவ்வொருவருக்கும் தனிப்பட்ட அனுபவமே அங்கே கடவுள் இருந்தார் எனச் சொல்லியிருக்கும். இதற்கும்மேற்பட்ட வேறே நிரூபணம் தேவையில்லை.

விசுவாசத்திற்கான தேவை:

ஆதியாகமத்தை படிக்கும் பொருட்டாக, கடவுளை உணருவதற்கு, புதிய ஏற்பாடு ஒரு உபயோகமுள்ள புதிய அணுகுமுறையை நமக்கு தெரிவிக்கிறது. எபிரேயர் 11 ஆம் அதிகாரத்தில் படைப்பு பற்றிய இரண்டு முக்கிய கருத்துக்கள் கொடுக்கப்பட்டுள்ளன.

முதலாவது, விசுவாசத்தினாலே, நாம் இப்பிரபஞ்சத்தை கடவுள் தமது கட்டளையினாலே உருவாக்குகிறார் எனவும், நாம் காணும் யாவும் காணப்பட்டவைகளிலிருந்து உருவாக்கப்படவில்லை

எனவும் புரிந்து கொள்கிறோம். பின்னர் அதே அதிகாரத்திலேயே தேவனிடத்தில் சேருகிறவன் அவர் உண்டென்றும், அவர் தம்மை கருத்தாய்த் தேடுகிறவர்களுக்குப் பலன் அளிக்கிறவர் என்றும் விசுவாசிக்க வேண்டும் எனவும் குறிப்பிடப்பட்டுள்ளது.

ஆகவே முழு வேதாகமத்தை பொருத்தவரையில் ஆதியாகமத்தையும் சேர்த்து கடவுள் இருக்கிறார், நாம் அவரைக் கருத்தாய்த் தேடவேண்டும் என்று விரும்புகிறார். அவரை அறிந்து, அன்புகூர்ந்து, அவருக்கு நாம் ஊழியம் செய்ய வேண்டும் என்று விரும்புகிறார் என எண்ணிக்கொள்ளவேண்டும். அப்படிச் செய்தால் என்ன நிகழும் என்பதை விசுவாசத்தின் அடிப்படையில் நாம் கண்டு கொள்ள வேண்டும். கடவுள் இருக்கிறாரா இல்லையா என நம்மால் நிரூபிக்க முடியாவிட்டாலும், கடவுள், நாம் தம்மை அறிந்து கொண்டு அவரில் விசுவாசம் வைக்க வேண்டும் என்ற அடிப்படையான நம்பிக்கையுடன் இருக்க முடியும்.

படைத்தவரைப் பற்றிய உருவகம் (picture of the creator)

முதல் நான்கு வார்த்தைகளிலிருந்து ஆதியாகமம் முதலாம் அதிகாரத்தில் - தொடர்ந்து செல்வோமானால், மிக வியப்பிற்குரிய ஒரு அம்சத்தைக் காணுவோம் - அது படைப்பைப் பற்றியதல்ல, படைத்தவரைப் பற்றியதாகும். முதன்மையாக நாம் அறிய வேண்டுவது எவ்வாறு பிரபஞ்சம் தோன்றியது என்பதல்ல - ஆனால் யார் இதை உருவாக்கினார் என்பதாக உள்ளது. உண்மையில் அதிகாரத்தின் 31 வசனங்களில் தேவன் (God) என்ற வார்த்தை மாத்திரம் 35 முறை, தேவன் தான் இதனைச் செய்தவர் என அடிக்கோடிட்டுக் காட்டுவதுபோல் வருகிறது. படைப்பையல்ல, படைத்தவரின் கதைபோல

காண்கிறது. ஆகவே இந்த விதமான கடவுளின் உருவகம் நமக்கு சொல்வது என்ன?

1. கடவுள் தனித்துவமானவர் (God is personal)

ஆதியாகமம் முதலாம் அதிகாரம் நமக்கு தனித்துவமான தேவனைப் படம் பிடித்துக் காட்டுகிறது. அனைத்தையும் உணர்ந்து கொள்ளும் இருதயம் அவருக்கு உண்டு. அவருக்கு, மனம், மொழி, சிந்தனைகள் உண்டு. அவருடைய சித்தத்தின்படி தீர்மானங்கள் செய்யவும், அதைப் பற்றிக் கொள்ளவும் இயன்றவர். இவைகள் யாவும் தனித்துவப் பண்புகளாக உள்ளன என நமக்கு தெரிகிறது. தேவன் 'அது' அல்ல 'அவர்' நம்மைப்போல உணர்வுகளும், எண்ணங்களும் நோக்கங்களும் உள்ளவர் அவர்.

2. தேவன் வல்லமையுடையவர் (God is powerful)

தேவன் தமதுவார்த்தையினால் அனைத்தையும் உருவாக்க முடியுமானால் அவர் அளவுக்கதிகமான சக்தி பொருந்தியவராகத்தான் இருக்கக்கூடும் என்பது கண்கூடு. மொத்தமாக 10 கட்டளைகளைக் கொடுத்ததாக முதலாம் அதிகாரத்தில் காணுகிறோம். ஒவ்வொன்றும் தேவன் விரும்பியப்படி அப்படியே நிறைவேறினதாக உள்ளது.

3. கடவுள் யாராலும் உருவாக்கப்படாதவர். (God is uncreated)

கடவுள் இருக்கிறவராகவும் இருந்தவராகவும் இருக்கிறார் என்பதை நாம் முன்பே கண்டுள்ளோம். அவர் எப்போதுமே படைப்பாளி, படைப்பு அல்ல.

4. கடவுள் உருவாக்கும் சக்தி படைத்தவர் (God is creative)

கடவுளுக்குத்தான் எவ்வளவு கற்பனை வளம்! எப்படியானதோர் கலைஞன்! வெட்டுக்கிளிகள் 6000

வகைகள். புல்லின் இரண்டு தாள்கள் ஒரே மாதிரி இருப்பதில்லை. இரண்டு பனிமலர்கள் ஒரே மாதிரி இருப்பதில்லை. இரு மேகங்கள் ஒன்று போல இருப்பதில்லை. இரண்டு மணல் துகள்கள், இரண்டு நட்சத்திரங்கள் எவையுமே, ஒன்று போல் மற்றொன்று இருப்பதில்லை. வியப்பூட்டும் வேறுபாடுகள், எனினும் அவைகளில் ஓர் ஒற்றுமை. இது ஒரே வார்த்தை பிரபஞ்சம்.

5. கடவுள் மிகவும் ஒழுங்கின் வடிவமானவர் (God is orderly)

நாம் காணும் வண்ணமாக இறைவனின் படைப்புகளில் ஒரு சமச்சீர் உள்ளது. படைப்பு கணிதமயமாக இருப்பதினால்தான் விஞ்ஞானம் இயல்வதாக உள்ளது.

6. கடவுள் ஒருவரானவர் (God is singular)

ஆதியாகமம் முதலாம் அதிகாரத்தில் உள்ள வினைச்சொற்களெல்லாம் 'படைத்தார்' என்ற சொல் தொடங்கி அனைத்தும் ஒருமைக்கான வினைகளாகவே உள்ளன.

7. கடவுள் பன்மையானவர் (God is plural)

கடவுள் ஒருமையான 'ஏல்' என்பவராக இல்லை 'ஏலோஹிம்' என்ற பன்மையாக இருக்கிறார். அதாவது அவர் மூன்றும், மூன்றுக்கு மேற்பட்டவராகவும் இருக்கிறார். எனவேதான் வேதாகமத்தில் முதலாவது வாக்கியத்தில் பன்மையான ஒரு பெயர்ச் சொல்லுக்கு, ஒருமைக்கான வினைச்சொல் என்று இலக்கணத்தில் பிழையுடன் காணப்பட்டாலும் இறையியல்படி சரியாகவே, திரித்துவமாக கடவுள் இருப்பதை குறிப்பால் உணர்த்துகிறது.

8. கடவுள் நல்லவர் (God is good)

எனவே கடவுளுடைய அனைத்து செயல்பாடுகளும் நல்லவையே. மேலும் அவர்தாமே மனுக்குலத்தை தமது மிகச்சிறந்த படைப்பாக மிக நல்லதாக படைத்திருப்பதாகக் கூறியிருக்கிறார். மேலும் தமது அனைத்து படைப்புகளுக்கும் தம்மை நல்லவராகவே காட்ட விரும்புகிறார். அவரது நல்ல பண்புகளே உலகின் எல்லா நலங்களுக்கும் அடித்தளமாக அமைந்துள்ளது.

9. கடவுள் வாழ்கிறார் (God is living)

கடவுள் உலகின் காலக்கட்டங்களிலும் வான வெளியிலும், தமது செயல்பாடுகளை காண்பிப்பவராக இருக்கிறார்.

10. கடவுள் ஒரு தொடர்பாளர் (God is communicator)

கடவுள் தமது படைப்புகள், ஜீவராசிகள் யாவற்றுடனும் குறிப்பாக மனுக்குலத்துடன் பேசுவதற்கு விரும்பினார்.

11. கடவுள் நம்மைப் போன்றவர் (God is like us)

நாம் கடவுளின் சாயலாகப் படைக்கப்பட்டிருக்கிறோம். எனவே ஏதாவது ஒருவிதத்தில் நாம் அவரைப் போலவும், அவர் நம்மைப்போலவும் இருக்க வேண்டும்.

12. கடவுள் நம்மைப் போன்றவரல்லர் (God is unlike us)

கடவுளால் ஒன்றுமில்லாதவற்றிலிருந்து ஒன்றை உருவாக்கமுடியும். ஆனால் நாம் ஒன்றிலிருந்து தான் மற்றொன்றை உருவாக்க முடியும். நாம் தயாரிப்பாளர்கள் அவரோ உருவாக்குகிறார் - தாமாக உண்டாக்குகிறவர்.

13. கடவுள் முற்றிலும் தனித்து நிற்பவர் (God is Independant)

கடவுள் தம்மால் உருவாக்கப்பட்டவைகளுடன் சேர்த்து அடையாளம் காட்டப்படுபவர் அல்ல. ஆதிமுதற் கொண்டே படைத்தவருக்கும் படைக்கப்பட்டவைகளுக்கும் இடையே தெளிவான பிரிவினை - வேறுபாடு உண்டு. தற்கால இயக்கங்கள் எவ்வாறோ கடவுள் நம்மில் ஒருவர், ஒருபகுதியினர் என்ற குழப்பமான கருத்தைக் கூறிவருகிறார்கள். ஆனால் படைப்புகளிலிருந்து படைப்பாளியான கடவுள் தனிப்பட்டவர். தான் படைத்த யாவற்றிலுமிருந்து விடுபட்டு தனித்து ஓய்வில் இருக்க அவரால் முடியும். அவர் உண்டாக்கினைவகளோடு அவரையும் சேர்த்து நாம் அவரது அடையாளத்தை காட்ட கூடாது. அவர் படைத்தவகளை வழிபட்டு வணங்குவது விக்கிரக ஆராதனை. படைத்தவரை வழிபடுவதே உண்மையானது.

பாகம் III: படைப்புயிர்களும், தோற்றமும்

சவால்களால் முறியடிக்கப்பட்ட தத்துவங்கள்:
(philosophies challenged)

நாம் ஆதியாகமம் முதலாம் அதிகாரத்தின் உண்மைகளை ஏற்றுக் கொள்கிறவர்களாக இருப்போமானால் அநேக கடவுளைப்பற்றிய அறிவின் பாற்பட்ட தத்துவஞானங்கள் முற்றிலுமாய் தாமாகவே போய்விடும். மாறுபட்ட கருத்துகள் தான் தத்துவங்கள் என்றழைக்கப்படுகின்றன. (தத்துவம் (Philosophy) என்னும் வார்த்தைக்கு ஞானத்தின் மீதான நாட்டம் (Philosophy) என்று பொருள்) ஒவ்வொருவரும் உலகத்தை அவரவர் தமது சொந்த நோக்கங்களுடன் பார்க்கின்றனர். அதை குறித்து நல்லுணர்வுடன் தான் சிந்தித்துத்தான் அவ்வாறு நோக்குகின்றனரா என்பது அறியக்கூடாததாக உள்ளது.

நீங்கள் ஆதியாகமத்தில் கூறப்பட்டுள்ளவைகளை நம்புவீர்களானால் கீழ்க்கண்ட தத்துவ ஞானங்கள்யாவும் தள்ளப்பட்டு நிலை நிற்காமல் போய்விடும்.

1. நாத்திகம் (Atheism)

நாத்திகர்கள் கடவுள் இல்லை என்கிறார்கள். ஆதியாகமம் முதலாம் அதிகாரம் கடவுள் இருக்கிறார் என்பதை உறுதிப்படுத்துகிறது.

2. அஞ்ஞானவாதம் (Agnosticism)

அஞ்ஞானவாதத்தை சேர்ந்தவர்கள் கடவுள் என்று ஒருவர் இருக்கிறாரா இல்லையா என்பதுபற்றி தாங்கள் அறியவில்லை என்கிறார்கள். ஆதியாகமம்

முதல் அதிகாரம் கடவுள் இருக்கிறார் என்பதை நாங்கள் ஏற்றுக் கொள்கிறோம் என்கிறது.

3. ஆன்மவாதம் (Animism)

இவ்வுலகை, அநேக ஆவிகள் தமது கட்டுப்பாட்டில் வைத்துள்ளன என ஆன்மவாதிகள் நம்புகின்றனர். ஆறுகளின் தேவதைகள், மலைகளின் தேவதைகள் ஆவிகளாக ஆட்சிப்புரிகின்றனர் எனக் கூறுகின்றனர். ஆனால் ஆதியாகமம் இவ்வுலகம் கடவுளின் ஆதீனத்தில் அவரது கட்டுப்பாட்டில் இயங்குகிறது என்கிறது.

4. பல தெய்வ வழிபாடு (Polythesim)

பல தெய்வ வழிபாடு செய்பவர்கள் அநேக கடவுளை வழிபடுவர். இந்துக்கள் இந்த பிரிவினைச் சேர்ந்தவர்கள். ஆனால் ஆதியாகமம் ஒரே ஒரு கடவுள் இருப்பதைத்தான் சொல்கிறது.

5. இரு கடவுளரை வணங்குதல் (Dualism)

இரண்டு கடவுள்கள் - நல்லதற்காகவும், தீயதற்காகவும் உள்ளனர் என இவ்வகையினர் நம்புகிறார்கள். நல்லவைகளை நல்ல கடவுளும் தீயவைகளை தீய கடவுளும் நடப்பிக்கிறார்கள் என்று நம்புகிறார்கள். ஆதியாகமம் முதல் அதிகாரம் கடவுள் நன்மைகள் புரியும் ஒரே நல்லவர் எனக்குறிப்பிடுகிறது.

6. ஒரே கடவுள் என்ற கொள்கை (Monotheism)

கடவுள் ஒருவரே என்ற நம்பிக்கை, இஸ்லாம் மற்றும் யூதமதங்களில் உள்ளது. கடவுள் ஒருவர், ஒருநபராக உள்ளவர் என்று வலியுறுத்துவதின் மூலம் இவர்கள் திரித்துவ கொள்கையான கடவுள் மூவராக இருக்கிறார் என்ற கொள்கையை மறுக்கிறவர்களாக உள்ளனர். 'ஏலோஹிம்' என்ற வார்த்தையை,

பயன்படுத்துவதின்மூலம் ஆதியாகமம் கடவுள் மூவரில் ஒருவராக இருக்கிறார் என்ற கடவுளின் திரித்துவத்தை வலியுறுத்துகிறது.

7. இயற்கை சமயம் (Deism)

இறைவன் ஒரு படைப்பாளி என இந்த இயற்கை சமயத்தினர் கருதுகின்றனர். எனினும் தாம் படைத்தவற்றை தமது கட்டுப்பாட்டில் கொண்டுவர முடியாது எனக் கருதுகின்றனர். அவர்(கடவுள்) ஒரு கடிகாரம் செய்பவர் போல உலகத்தைப் படைத்து அது தானாக விதிகளுக்குட்பட்டு ஓடிக்கொண்டிருக்கச் செய்பவராக இருக்கிறார். தாம் படைத்த உலகத்தில் எந்த விதத் தலையீடும் செய்ய அவர் விரும்புவதில்லை. அற்புதங்கள் நடைபெற இயலாதவை எனவும் கருதுகின்றனர். செயல்முறையில் அநேக கிறிஸ்தவர்களும் இவர்களைப் போலவே இருக்கின்றனர்.

8. ஆஸ்திகக் கொள்கை (Theism)

ஆஸ்திகவாதிகள் கடவுள் இந்த உலகை படைத்தது மாத்திரமல்ல, அதனை தனது கட்டுக்குள் வைத்திருப்பவர் எனவும் கருதுகின்றனர். இக்கொள்கை வேதாகமத்தின் பாதையில் ஓர் அடி எடுத்துவைப்பது போலத் தோன்றினாலும் வெகுவாக முன்செல்லவில்லை.

9. இருத்தலியல் (Existentialism)

தற்காலத்தில் மிகவும் பிரபலமான ஒருக்கொள்கையாக இது அமைந்துள்ளது. இங்கே அனுபவமே தெய்வம் என்று நம்பப்படுகிறது. நாம் பின்பற்றக்கூடிய சமயமாக நமது தேர்வுகளும், அவைகளில் நமது உறுதிப்பாடுகளுமே தெய்வம் என அறியப்படுகிறது. நாம் ஆதியாகமத்தில் முதல்

அதிகாரத்தில் காண்பது போல நாம் கணக்கு ஒப்புவிக்கத் தகுதிபடைத்தவர் யாரும் இல்லை என்ற கருத்தை முன்வைக்கிறது.

10. மனித நேயம் (Humanism)

மனிதநேயக் கொள்கை படைக்கப்பட்ட உலகத்தின் வெளியில் உள்ள கடவுள் இருக்கிறார் என்ற கொள்கையைத் தள்ளிவிடுகிறது. ஆதியாகமம் முதல் அதிகாரத்தில் உலகம் கடவுளால் உண்டாக்கப்பட்டது என்று சொல்லப்பட்டிருந்தாலும் மனித நேயக்கொள்கையினர் மனிதனையே தெய்வம் எனப்போற்றுகின்றனர்.

11. பகுத்தறிவுவாதம் (Rationalism)

இவர்கள் நமது பகுத்தறியும் திறமையே கடவுள் என்கின்றனர். கடவுள் உலகைப் படைத்தபோது பகுத்தறியும் அறிவை மனிதருக்கு அருளினார். மனிதனைத் தமது சாயலால் படைத்திருக்கிறார் என்று வேதாகமம் கூறுவதை ஆதியாகமத்தில் கூறப்பட்டுள்ளதை மறுக்கிறார்கள்.

12. பொருள் முதல் வாதம் (Materialism)

பொருள்முதல்வாதக் கொள்கையினர் நாம் காணும் பருப்பொருளே உண்மையானது. காண இயலாத எந்த ஒன்றையும், யார் ஒருவரையும் ஏற்றுக் கொள்ள மாட்டார்கள்.

13. ஆன்மீக வாதம் (Mysticism)

தியானத்தால் உண்மையையும், பரம்பொருளையும் காணலாம் என்ற நம்பிக்கையுடைய இவர்கள் பொருள் முதல் வாதத்தினருக்கு முற்றிலும் மாறுப்பட்ட கருத்துடையவர்கள். இவர்கள் ஆவிமாத்திரமே உண்மை எனக் கருதுகிறார்கள்.

14. பொருண்மைக் கொள்கை (Monism)

இக்கொள்கை தற்கால இயக்கத்தைக் குறிக்கிறது இதில் பொருள், ஆவி இவையிரண்டும் ஒன்றே என்கிறது. கடவுள் தனிப்பட்டவரான ஆவியானவராக உலகைப் படைத்தார் என்ற கொள்கையை முற்றிலும் தள்ளி விடுகிறார்கள்.

15. அனைத்திலும் கடவுள் இருக்கிறார் என்ற கொள்கை (Pantheism)

இந்த கொள்கை பொருண்மைக் கொள்கையைப் (monism) போன்றது. இவர்கள் நவீன கருத்தின்படி, கடவுள் எல்லாப் பொருட்களிலும் இருக்கிறார் என்பதே. மேலேக் கூறப்பட்ட அனைத்து தத்துவங்களுக்கும் சவால் விடுவதாகவும் எதிராக உள்ளதுமான கொள்கைக்கு திரித்துவ தெய்வீகம் (Triunetheism) என்று பெயர். கடவுள் ஒருவரில் மூவராக இருக்கிறார். படைப்பவர் மற்றும் பிரபஞ்சத்தை அடக்கி ஆள்பவர் அவரே. இது வேதாகம நெறியிலான சிந்தனை. இந்த சிந்தனை ஆதியாகமம் முதல் அதிகாரத்தில் பெறப்பட்டு வெளிப்படுத்தின விசேஷத்தின் கடைசி அத்தியாயத்தில் குறிப்பிட்டுள்ள வரை தொடர்கிறது.

நடை: Style

ஆதியாகமம் முதலாம் அதிகாரத்தை நாம் மிகவும் கூர்ந்து கவனிக்க வேண்டும். குறிப்பாக அவ்வதிகாரத்தின் நடையை, எழுதப்பட்டுள்ள ஒழுங்கை கவனித்தல் அவசியமாகிறது. வெளிப்படையான உண்மை என்னவென்றால் இவ்வதிகாரம் விஞ்ஞான மொழியில் எழுதப்படவில்லை. ஒரு அறிவியல் புத்தகத்திலிருந்து அநேக விவரங்களை விளக்கமாகப் பெறக்கூடும் என அநேகர் இதனை அணுகுகிறார்கள். ஆனால் இந்நூல், மிக எளிதாக இருக்கும்படி, அநேகர்

தலைமுறைகளாக எளிதில் புரிந்துகொள்ளும் வண்ணம், அவர்களுடைய கற்கும் திறன் விஞ்ஞான பூர்வமாக அமைந்திருந்தாலும் யாவருக்கும் தெளிவாக இருக்கும்படியாக எழுதப்பட்டுள்ளது.

எழுதப்பட்டுள்ள விவரங்கள் எளிய வகைகளை பயன்படுத்தியே எழுதப்பட்டுள்ளன. தாவரங்கள் மூன்று வகைகளாக, புல், செடி கொடிகள், மரங்கள் என பிரிக்கப்பட்டுள்ளன. மிருகங்களும் அவ்வாறே வீட்டில் வளரும் மிருகங்கள், இரைக்காக வேட்டையாடி உண்ணும் விலங்குகள் மற்றும் காட்டு விலங்குகள் என மூவகையாக உள்ளன. இந்த வித எளிதான பிரிவுகள் எங்கும் யாவராலும் எளிதில் புரிந்து கொள்ளக் கூடியதாக இருக்கிறது.

வார்த்தைகள்: Words

இந்த எளிய நடை வார்த்தைகளின் பிரயோகத்திலும் காட்டப்பட்டுள்ளது. ஆதியாகமம் முதலாம் அதிகாரத்தில் மொத்தம் 76 தனித்தனி மூலவார்த்தைகளே பயன்படுத்தப்பட்டுள்ளன. மேலும் இந்த வார்த்தைகளில் ஒவ்வொன்றும் பூமியிலுள்ள அனைத்து மொழிகளிலும் காணப்படுவதால் ஆதியாகமம் முதலாம் அதிகாரம் எல்லா வேதாகமத்தின் புத்தகங்களிலும் மிகச் சுலபமாக மொழிபெயர்க்க கூடியதாக உள்ளது.

ஒவ்வொரு எழுத்தாளரும் தாம் எழுதுகின்ற நூலுக்கான கருத்துமிக்க பார்வையாளர்களைப் பற்றிக் கேட்டறிய வேண்டியதாக உள்ளது. தேவனாகிய கர்த்தர் படைப்பின் வரலாறு ஒவ்வொருவரையும், ஒவ்வொரு காலக்கட்டத்தில், ஒவ்வொரு இடத்திலும் சென்றடைய வேண்டும் என விரும்பினார். எனவே தான் அவர் இதனை இத்தனை எளிதாக எழுதவைத்துள்ளார். ஒரு சிறு பிள்ளையும் கூட இதனைப் படித்து இதன்

செய்தியை அறிந்து கொள்ளச் செய்துள்ளார். இதன் விளைவாகத்தான் இதனை சுலபமாக மொழிபெயர்க்க ஏதுவாக உள்ளது.

பயன்படுத்தப்பட்டுள்ள வினைச்சொற்களும் மிக எளிதானவை. என்ன நிகழ்ந்தது என்பதைக் குறிக்கும்படியாக பயன்படுத்தப்பட்டுள்ள வினைச்சொற்களில் மிகமுக்கியமானது ஆதியாகமம் முதல் அதிகாரத்தில் வேறுபடுத்திக் காட்டப்பட்டுள்ள வினைச்சொற்களான உருவாக்கினார் (created) மற்றும் செய்தார் (Made) என்பன. எபிரேயத்தில் உருவாக்குதல் (creates) என்றவார்த்தை பாரா (bara) எனப்படும். இதன் பொருள் ஒன்றுமில்லாதவற்றிலிருந்து ஒன்றை உருவாக்குதல் என்பதாகும். இவ்வார்த்தை ஆதியாகமம் முதல் அதிகாரத்தில் பொருட்களையும், ஜீவனையும், மனிதனையும் உருவாக்கியதை விளக்கும் பொருட்டாக மொத்தம் மூன்று முறைதான் பயன்படுத்தப்பட்டுள்ளது. பிற இடங்களில் செய்தார் (made) என்ற வினைச்சொல் பயன்படுத்தப்பட்டுள்ளது. இது உருவாக்கினார் என்ற வினைச்சொல்லுக்குப் பதிலாக ஏதாவது ஒன்றிலிருந்து செய்யப்பட்ட ஒன்றைக் குறிப்பதற்காக, ஒன்றிலிருந்து தயாரிக்கப்படுகின்ற பொருட்களைக் குறிப்பது போல பயன்படுத்தப்பட்டுள்ளது.

ஏழுதினங்களில் தேவன் படைப்பின் வேலையைச் செய்து முடித்தார் என்ற விளக்கமும் மிக எளிதாக குறிப்பிடப்பட்டுள்ளது. ஒவ்வொரு வாக்கியத்திற்கும் ஒரு எழுவாய் (Subject) ஒரு வினைச்சொல் (Verb) ஒரு செயற்படுபொருள் (Object) என எவரும் நன்கு புரிந்து கொள்ளும் வண்ணம் நேரடியான எளிதான இலக்கணத்தில் எழுதப்பட்டுள்ளது. எல்லா வாக்கியங்களும் இணைப்பு வார்த்தைகளான ஆனால் (but) மேலும் (and), அல்லது பின்னர் (then)

என்பனவைகளால் இடத்திற்கு ஏற்றார்போல் இணைக்கப்பட்டுள்ளன. இது ஒரு குறிப்பிடத்தக்க உருவாக்கம் ஆகும்.

வடிவமைப்பு:

ஆதியாகமம் முதலாம் அதிகாரம் மிக அழகாக வடிவமைக்கப்பட்டுள்ளது. மிக ஒழுங்காக 6 நாள் அளவில் விரவி அந்த ஆறு நாட்களும் மூன்று, மூன்றாக இரு பிரிவாக அமைந்துள்ளன. ஆதியாகமம் 1:2 பூமியானது ஒழுங்கின்மையும் வெறுமையுமாய் இருந்தது. 3ஆம் வசனத்திலிருந்துதான், முதல் மூன்று நாட்களுக்கும் பிந்திய மூன்று நாட்களுக்கும் இடையேயுள்ள ஆச்சரியத்திற்குரிய தொடர்பு உள்ளது. முதல் மூன்று நாட்களில் கடவுள் பல்வேறு சுற்றுப்புறங்களை வேண்டிய மட்டும் தெளிவான முரண்பாடுகளுடன் உருவாக்குகிறார். இருளிலிருந்து ஒளி பூமி, சமுத்திரத்திலிருந்து வானம், கடலிலிருந்து நிலம் என மாறுபாடுகளுடன் படைக்கிறார். பல்வேறு வகைகளை ஏற்படுத்தவேண்டுமென்றே தெளிவான பிரிவுகளை உருவாக்குகிறார். மூன்றாம் நாளிலே நிலப்பகுதியையும் பலவிதமான தாவரங்களால் நிரப்ப ஆரம்பித்துவிட்டார். பூமியும் நாம் இப்போது காணும் வடிவத்தைப் (அமைப்பை) பெற்றது.

அதன் பின்னர் நாலாம், ஐந்தாம், ஆறாம் நாட்களில் அவர் தாம் மூன்று நாட்களாக உருவாக்கினவற்றை அதன் அதன் சூழல்களில் பொருத்தி வைக்கிறார். ஆகவே நாலாம் நாளிலே, முதல் நாளில் தாம் படைத்த ஒளி மற்றும் இருளோடு சம்மந்தப்பட்ட சூரியனையும், சந்திரனையும், நட்சத்திரங்களையும் பொருத்தி அமைக்கிறார். ஐந்தாம் நாளிலே, தாம் இரண்டாம் நாளிலே உருவாக்கின வானமண்டலம் மற்றும் சமுத்திரத்தில், பறவைகளையும், மச்சங்களையும்

நிரப்புகிறார். ஆறாம் நாளிலே மிருகங்களையும் மனிதனையும் உருவாக்கி, தாம் மூன்றாம் நாளிலே உருவாக்கின நிலப்பகுதியை சுதந்தரித்துக் கொள்ளுமாறு வைக்கிறார். எனவே கடவுள் ஒவ்வொன்றையும், கிரமமாகவும், திட்டபூர்வமாகவும் படைத்துக் கொண்டே இருக்கிறார். உண்மையில் கடவுள் குழப்பமான நிலையிலிருந்து, ஒரு தெளிவான கிரமத்தைக் கொண்டு வருகிறார். தற்போது அவர் படைத்த பூமி முழுமையாக உயிர்களால் நிரம்பியுள்ளது.

கணிதவழி தன்மைகள்:

ஆதியாகமம் முதலாம் அதிகாரம் கணித இயலின் குணங்களைப் பெற்றிருப்பதைக் காண ஆச்சரியமூட்டுவதாக உள்ளது. விவரங்களில் வந்து கொண்டே இருக்கும் 3,7,10 என்ற இந்த மூன்று எண்கள் குறிப்பிடத்தக்க முக்கியத்துவம் வாய்ந்ததாக வேதாகமம் முழுவதும் காணப்படுகிறது. '3' என்ற எண் கடவுள் எவ்வாறு இருக்கிறார் எனவும் '7' என்ற எண் பூரணத்தத்துவத்தைக் குறிப்பதாகவும் '10' என்ற எண் முழுமையைக் குறிப்பதாகவும் வருகின்றன. இந்த 3,7,10 எண்கள் வருகின்ற சம்பவங்களைக் கூர்ந்து கவனித்தால், ஆராய்ந்தால் ஆச்சரியப்படத்தக்க பலத் தொடர்புகளைக் கண்டு கொள்ளலாம்.

மூன்று முக்கிய நிலைகளில் தான் கடவுள் உண்மையிலேயே ஒன்றுமில்லாததிலிருந்து ஒன்றை உருவாக்குகிறவராக இருக்கிறார். மூன்று முக்கிய சம்பவங்களின் போதுதான் ஒன்றை பெயரிட்டு அழைக்கிறவராக இருக்கிறார். மேலும் ஒன்றை அவர் மூன்றுமுறை ஆசீர்வதிக்கிறார்.

ஏழு சம்பவங்களின் போது தேவன் "நல்லது என்று கண்டார்" என்ற சொற்றொடர் ஏழுமுறையாக

சொல்லப்படுவதைக் காண்கிறோம். மேலும் அங்கே ஏழு நாட்கள் எபிரேயத்தில் முதல் வாக்கியமாக வேதாகமத்தில் வருவது ஏழு வார்த்தைகளைக் கொண்டு அமைந்துள்ளது. மேலும் படைப்பின் செய்தியில் கடைசி மூன்று வாக்கியங்கள் ஒவ்வொன்றும் எபிரேயத்தில் மூன்று வார்த்தைகளை உடையனவாக இருக்கின்றன.

மேலும் அங்கே கடவுளின் 10 கட்டளைகள் அமைந்துள்ளன.

எளிமை:

ஆதியாகமம் முதல் அதிகாரத்தின் நடை, மற்ற நாகரீகங்களிலுள்ள படைப்பின் வரலாற்றை ஒப்பிட்டுப் பார்க்கையில் மிகவும் எளிமையுடையதாக இருக்கிறது. உதாரணமாக பாபிலோனிய இதிகாசங்களில் குறிக்கப்பட்டுள்ள படைப்பின் வரலாறு மிகவும் சிக்கலானதாகவும், தளர்வுடையதாகவும் உண்மை விவரங்களோடு சிறிதளவும் இணைக்கப்பட முடியாததாகவும் உள்ளது. எனினும் ஆதியாகமத்தில் கொடுக்கப்பட்டுள்ள உலகின் உருவாக்க வரலாறு, விவரங்களின் எளிமையான நடையின் காரணமாக பிரபஞ்சத்தினரால் வெகுவாகப் பாராட்டப்படவில்லை. இவ்வித எளிய நடை மற்றும் அணுகுமுறையில் வேதாகமம் உள்ளதால் அதனை நவீனகாலத்தில் அந்த அளவிற்கு பெருமையுடன் ஏற்றுக்கொள்ளத் தேவையில்லை என சிலர் ஆலோசனைத் தெரிவிக்கின்றனர். ஆனால் இந்த எளிய நடையின் உயர்வினை வெளிப்படுத்தி, அதன் சார்பாக எடுத்துரைக்க மிக அதிகமான கருத்துக்கள் உள்ளன.

குழந்தைகளுக்கான சிறுவர்களுக்கான புத்தகம் ஒன்றில் எவ்வாறு ஒரு வீடு கட்டப்படுகிறது என்பதை

விளக்கியுரைப்பதாக எண்ணிக் கொள்ளுங்கள். கட்டுமானம் துல்லியமாகவும் அதே சமயம் அதைப் படிக்கும் இளம் வாசகர்கள் அதனை எளிதில் புரிந்து கொள்ளக் கூடியதாக எளிமைப்படுத்தப்பட்டதாகவும் இருக்க வேண்டுமென விரும்புவீர்கள். நீங்கள், செங்கற்களை வரிசையாக அடுக்கும் பணியாளர் பற்றியும் ஜன்னல், கதவுகளின் சட்டங்கள், மேற்கூரைகள் முதலானவைகளை செய்யும் தச்சரைப் பற்றியும் எழுதுவீர்கள். குழாய்களை உட்புகுத்தி பணிபுரிபவர், மின்சார கம்பிகளை உட்செலுத்தி அமைப்பவர் பற்றியும் சுவர்களுக்கு சாந்து பூசுபவர் மற்றும் வண்ணம் தீட்டுபவர் பற்றியும் குறிப்பிட்டு எழுதுவீர்கள்.

இவ்வாறு எழுதப்படுகையில் விவரங்களின் விளக்கங்கள் ஆறு அடிப்படையானக் கட்டங்களை உடையனவாக உள்ளன. ஆனால் உண்மையில் வீடொன்றைக் கட்டுவதென்பது இதைவிடவே சிரமமானது தான். குறிப்பிட்ட காலக்கட்டத்தில் அனைத்தையும் இசைவாய் ஒருங்கிணைத்தலும் பல்வேறு பணியாளர்கள் ஒருவரையொருவர் தொடர்ந்து பணியில் தாங்கியும் தழுவியும் செல்ல வேண்டுவதாக இருக்கும். சிறுவர் புத்தகத்தில் கொடுக்கப்பட்டுள்ள விளக்கங்களை தவறானது என்றோ தவறாக வழிகாட்டுகிறதோ என்றோ எவரும் சொல்ல முடியாது. உண்மையில் அது அதிக சிக்கல்களை உடையதாகத்தான் உள்ளது.

அவ்வாறே, ஆதியாகமம் ஒரு எளிமையாக புரிந்து கொள்ளக்கூடியதாக இருக்கிறது என்பதில் எந்தவித சந்தேகமும் இல்லை. மேலும் விஞ்ஞானம் முழுமையான அநேக விளக்கங்களை நமக்குத்தந்து விளங்கச் செய்வதாக உள்ளது. ஆனால் கடவுளின் நோக்கம் நமக்கு விஞ்ஞான விளக்கங்களைத்

துல்லியமாக அளிப்பது அல்ல. ஒவ்வொருவரும் பின்பற்றவும், ஏற்றுக் கொள்ளவும் தக்கதாக ஒழுங்கான விளக்கத்தை தருவதும் அவருடைய நோக்கமாக இருக்கிறது. இதிலிருந்து தாம் செய்வதை அவர் அறிந்திருக்கிறார் என்பதை அடிக்கோடிட்டு காட்டுவதாக உள்ளது.

விஞ்ஞான பூர்வ கேள்விகள்:

எளிமைக்கான தேவையைப் புரிந்து கொள்ளுதல் ஆதியாகமத்தின் படைப்பின் விவரத்திலிருந்து எழுகின்ற அனைத்து வினாக்களுக்கும் பதில் அளிக்காது. குறிப்பாக, படைப்பின் வேகம், பூமியின் வயது, இரண்டு தனித்தனியான ஆனால் ஒன்றோடு ஒன்று சம்மந்தப்பட்ட பகுதிகளை கருத்திற்கொள்ள வேண்டியதாக இருக்கிறது. நில இயல் வல்லுநர்கள் பூமி உருவாகுவதற்கு நாலேகால் 4 1/4 பில்லியன் வருடங்கள் ஆயின எனக் கூறுகிறார்கள்; ஆதியாகம நூலோ ஆறுநாட்களில் இவை உண்டானதாக கூறுகிறது. எது இதில் சரியாக இருக்கமுடியும்.

படைப்பின் ஒழுங்குகளைப் பார்க்கும் போது அறிவியல் கண்டுபிடிப்புகளுக்கும் ஆதியாகமத்தின் விவரங்களுக்கும் இடையில் மிகப்பெரிய ஒற்றுமை உள்ளது. அறிவியல் ஆதியாகமம் முதல் அதிகாரத்தில் உள்ள படைப்பின் விவரங்களில் ஒன்றைத்தவிர யாவற்றையும் ஏற்றுக்கொள்கிறது. அதாவது சூரிய, சந்திர, நட்சத்திரங்கள் நான்காம் நாள்வரையில் தாவரங்கள் உருவாக்கப்பட்ட பின்னர் காணப்படவில்லை என்பது. இது நாம் ஆதியில் இருந்த உலகம் கனமான மேகமூட்டத்தினால் மூடப்பட்டிருந்தது என்று உணருகின்ற வரையில் முரண்பாடாகத்தான் தோன்றும். அறிவியல் ஆராய்வுகள் இதனை உறுதிபடுத்துகின்றன. எனவே

முதல் வெளிச்சம் தோன்றியபோது, மேக மூட்டத்தின் கனம்குறைந்து இலேசான மேகம் காணப்பட்டிருக்கும். தாவரங்கள் முளைத்தெழும்பிய போது, கரியமில வாயுவை (carbon-di-oxide) பிராணவாயுவாக (oxygen) மாற்றத்தொடங்கியபோது, பனிமூட்டங்கள் மறைந்து முதல்முறையாக வானத்தில் சூரிய, சந்திர, நட்சத்திரங்கள் தோன்றக்கூடியதாக இருந்திருக்கும். எனவே ஏற்கனவே நிலை நாட்டப்பட்டிருந்த சூரிய, சந்திர நட்சத்திரங்கள் பூமியை மூடியிருந்த மேகமூட்டம் தெளிவாக்கப்பட்டதினால் தான் காணக்கூடியவைகளாயின. ஆகவே அறிவியல் ஆதியாகமம் முதலாம் அதிகாரத்தின் படைப்பின் விவரங்களை முழுமையாக சரியானதென ஏற்றுக் கொள்கிறது. நிலப்பகுதியில் உயிரினங்கள் தோன்றுவதற்கு முன்பே, கடல்பகுதிகளில் பல ஜீவராசிகள் தோன்றியிருந்தன. மனிதன் எல்லாவற்றிற்கும் இறுதியாகத் தோன்றினான்.

அறிவியல் பொதுவாக வேதாகமத்தின் படைப்பின் ஒழுங்கை, கிரமவரிசையை ஏற்றுக்கொண்டபோதிலும், பெரிய முரண்பாடுகள் இன்னமும் காணப்பட்டன. இவைகளில், விலங்குகள் மற்றும் மனிதனின் தோற்றம், அது சம்மந்தமான பல்வேறு வினாக்கள் பெருவெள்ளத்திற்கு முந்தியும், பிந்தியும் மனிதர்களின் ஆயுட்காலங்கள், உருமாற்றம் (Evolution) மற்றும் உருவாக்கம் (creation) இவை சம்மந்தமான வினாக்களை உள்ளடக்கியிருந்தன.

இப்படிப்பட்ட வினாக்களுக்கு விரிவான விளக்கத்திற்குச் செல்லும் முன்பு, அறிவியல் உண்மைகளுக்கும், வேதாகமத்திற்கும் இடையேயான பிரச்சனைகளைக் கையாள்வதற்கான மூன்று முக்கிய வழிகளை ஆராய்வது சிறந்தது; இந்த பிரச்சினையை எவ்வாறு அணுகுவது என்பது மிகவும்

முக்கியமானதாகும். நாம் விவரங்களை மறுக்கலாம், பிரிவு படுத்தலாம் அல்லது ஒருங்கிணைக்கலாம்.

மறுத்தல் (அ) எதிர்வாதம் (Repudiation)

முதல் அணுகுமுறை ஒரு வாய்ப்பை அளிக்கிறது. வேதாகமம் சரியானதாக இருக்கலாம்; அல்லது அறிவியல் சரியானதாக இருக்கலாம். ஆனால் நாம் ஏதாவது ஒன்றை மறுக்கத்தான் வேண்டியதாக உள்ளது.

இரண்டையும் நீங்கள் ஏற்றுக்கொள்வது கூடாது. பொதுவாக அவிசுவாசிகள் அறிவியலை நம்புகிறார்கள். விசுவாசிகள் வேதாகமத்தை நம்புகிறவர்களாகவும் - இருதிறத்தாரும், மணலுக்குள் தழைத்ததுபோல் தங்களுடைய நம்பிக்கையின் பக்கமே கவனம் வைக்கிறார்கள்.

நீங்கள் கிறிஸ்தவராக இருப்பதினால் அறிவியல் உண்மையை மறுப்பது என்பது சில வேளைகளில் பிரச்சினைக்குரியதாக இருந்து விடுகிறது. ஏனெனில் அநேக நிலைகளில் அறிவியல் உண்மைகளும், எற்றுக்கொள்ளக்கூடியனவாக உள்ளன. நவீன தொலைத்தொடர்புகளை, செய்தி பரிமாற்றங்களை நடைமுறைப்படுத்தி சாதகமாக செயல்படும் அறிவியல் கண்டுபிடிப்புகளுக்கு நாம் மிகவும் கடமைப்பட்டுள்ளோம். சில கிறிஸ்தவர்கள் நம்பிக்கை கொண்டிருப்பதுபோல நமக்கு அறிவியல் ஒரு விரோதியே அல்ல.

'பில்ட் டௌன் மனிதன்' (Pilt down man) பற்றிய கண்டுபிடிப்புகள் கதை கருத்திற்கொள்ள வேண்டிய ஒன்றாக உள்ளது. 1912ல் சூசக்ஸ் (Sussex) மாகாணத்தில் பில்ட்ளென் என்ற இடத்தில் மண்டையோடு, அரைப்பகுதி மனிதனுடையதாகவும், அரைப்பகுதி மனித குரங்கினுடையதாகவும் காணப்பட்ட ஒரு

மண்டையோடு (Skull) கண்டுபிடிக்கப்பட்டது. இதனை அநேகர் மனிதனின் பரிணாம வளர்ச்சியின் (evolution) எடுத்துக்காட்டாக எண்ணினார்கள். பின்னால் அந்த மண்டையோடு ஒரு போலியான படைப்பு என்று கண்டுபிடிக்கப்பட்டது. உடனே கிறிஸ்தவர்கள் பலர் அறிவியல் மீது தங்களின் வெறுப்பைக் கொட்டுவதற்குத் தீவிரம் காட்டினர். ஆனால் முதலில் அந்த பொருள் போலியான ஒன்று என்று கண்டுபிடித்ததே அந்த அறிவியலின் செயல்பாடுதான் என்பதை அவர்கள் மறந்து போயிருந்தனர்.

இப்படியாக அறிவியல் மற்றும் வேதாகமத்தை இரண்டில் ஒன்றை தெரிவு செய்துக்கொள்வதில் இவ்வகையான பிரச்சனை இணைந்துள்ளது. அப்படியே வினா ஒன்றும் எழுப்பாதபடி அறிவியல் உண்மைகளை ஏற்றுக்கொள்ளவும் கூடாது. வேதாகம உண்மைகளை நம்பும்படியாக மக்கள் தங்களை அறிவியல் தற்கொலை செய்துக்கொள்ளுமாறு அழைப்பு விடுக்கவும் மதியீனமாக செயல்படவும் கூடாது.

பிரிவு படுத்துதல் (Segregation)

இரண்டாவது அணுகுமுறை - அறிவியலையும் வேதாகமத்தையும் எவ்வளவு தூரம் பிரித்துப் பார்க்க வேண்டும் என்பது. அறிவியல் ஒருவகையான உண்மையையும், வேதாகமம் மற்றவகையான உண்மையையும் குறித்ததாக உள்ளது. இந்த கருத்துடன் பார்க்கையில் அறிவியல் கண்களால் காணக்கூடிய பருப்பொருள் (Material Truth) உண்மையாக இருக்கையில், வேதாகமம் நீதிநேர்மைகளையும், ஆவிக்குரிய உண்மைகளையும் குறித்ததாக உள்ளது. இவையிரண்டும் முழுமையாக வேறுபட்ட உண்மைகளை செயல்படுத்துவதாக உள்ளன.

அறிவியல் எவ்வாறு எப்போது உலகம் உண்டாயிற்று என்ற உண்மைகளை ஆராய்கையில், வேதாகமம் யார், ஏன் இந்த உலகத்தைப் படைத்தார் எனத் தெளிவான உண்மையைக் கூறுகிறது. இவ்விரண்டு உண்மைகளும் முழுமையாக பிரிவுபடுத்தி ஒன்றையொன்று தழுவாதபடி தனித்தனியாக பாராட்டப்பட வேண்டியவையாக உள்ளன. அறிவியல் கண்காணும் உண்மைகளைக் கூறுகையில், வேதாகமம் விலைமதிப்பில்லா அருங்குணங்கள், பண்புகளைப் பற்றியதாக உள்ளது. இவைகளில் ஒன்றில் மற்றொன்றை நாம் நாடுதல் கூடாது.

இந்த அணுகுமுறை தற்கால திருச்சபைகளிலும் சாதாரணமாகக் காணப்படுகிறது. இது பருப்பொருள் (கண்காணும்பொருள்) மற்றும் ஆவிக்குரியவைகளை இருவேறாய் தண்ணீர் கசிந்து வெளியேறாதவண்ணம் பிரிக்கப்பட்டதாய் தனிமைப்படுத்தப் பட்டவைகளாய்க் காணும் கிரேக்க சிந்தையின் பாற்பட்டதாக உள்ளது.

இவ்வகையான சிந்தனை எபிரேய மனதிற்கு முற்றிலும் வேறானதாக உள்ளது. எபிரேய சிந்தனைப்படி கடவுள் உருவாக்கினவரும், மீட்பருமானவர், பருப்பொருள், வேதாகமம் கூறுவதும் ஒன்றையொன்றின் மீது சார்ந்தவையே.

நாம் இந்த பிரிவுபடுத்தும் அணுகுமுறையோடு ஆதியாகமத்தை நெருங்குவோமானால் அதில் சொல்லப்பட்ட படைப்பின் விவரம் ஒரு கற்பனைக் கதையாகத்தான் நமக்குப் புலப்படக்கூடும், ஆதியாகமம் 3-ஆம் அதிகாரம் 'எவ்வாறு பாம்பு தனது கால்களை இழந்துபோனது' என்ற தலைப்பில் எழுதப்பட்ட ஒரு கதையாகவும், ஆதாம் ஏதோ ஒரு மனிதனாகவும் தோன்றுமாறு அமைந்திருக்கும். ஆதியாகம நூல் முழுவதும் கடவுளையும், நம்மையும் பற்றிய பல்வேறு பண்புகளை எடுத்துக்காட்டும்

கதைகள் நிரம்பியதாகவும், கடவுளையும் நம்மையும் குறித்து நாம் எண்ணிக்கொள்ள வேண்டியதைக் காட்டுவதாகவும் இருந்திருக்கும். ஆனால் அவைகளை வரலாற்று உண்மைகளாக கருத வேண்டியதாகவும் இருந்திருக்காது.

ஹான்ஸ் கிறிஸ்டியன் ஆண்டர்சன் என்பார் சிறுபிள்ளைகளுக்காக இந்த அணுகுமுறையில் நீதிக் கதைகளை எழுதி இருப்பதுபோல ஆதியாகமும் நீதிக்கதைகள் நிரம்பியதாக, ஆனால் அவைகளுக்கு வரலாற்றுப் பின்னணியங்கள் ஏதும் இல்லாததாக கருதப்பட்டிருக்கும். ஆதாமும் ஏவாளும், நோவாவும், பிரளயமும் - யாவும் கற்பனை கதாபாத்திரங்களாக இருந்திருக்கும். இவ்வித நோக்கு ஆதியாகமத்தின் விவரங்களுக்கு அப்பாலும் விரிந்து செல்கிறது. உண்மையில் ஒரு முறை வேதாகமத்தின் ஒருபகுதியைக்குறித்து வரலாற்று உண்மையைக் குறித்து ஒரு கேள்வி எழுப்பப்பட்டால், அது பிற கேள்விகள் எழுப்பப்படுவதற்கும் ஒரு ஆரம்பநிலையாக இருக்கக்கூடும். எனவே இந்த அணுகுமுறை வேதாகமத்தில் வரலாற்று உண்மைகள் ஏதும் இல்லை என்ற நிலையை உருவாக்கக் கூடும். நிறைந்த பண்புகள் ஆனால் குறைந்த உண்மைகள் எதிர்வாதம் (அ) மறுத்தலில் (Repudiation) உள்ளது போலவே அறிவியலையும், வேதாகமத்தையும் பிரித்துப்பார்க்க முயற்சி செய்வதும் பிரச்சனைகள் உள்ளதாகவே இருக்கிறது. வேதாகமும் அறிவியலும் ஒன்றையொன்று பற்றிப் படருகின்ற வட்டங்களாகவே உள்ளன. சில விவரங்களை - ஒரே மாதிரியாக உள்ளவற்றை இவையிரண்டும் கருத்திற்கொண்டு செயல்படுவதால், மேலெழுந்தவாறு தோன்றுகின்ற சில முரண்பாடுகளை எதிர் கொள்ளவே வேண்டியுள்ளது. உண்மைகள் துல்லியமாக இல்லையென்றாலும் அவையும்

மதிப்பிற்குரியன என போலியாக கூறுவோமானால் முழு வேதத்தையே குறைத்து மதிப்பிடுவதுபோல் ஆகிவிடும். அப்படியானால் இந்த பிரச்சனைக்கு எவ்வாறு தீர்வுகாணப் போகிறோம். ஒரு மூன்றாவது அணுகுமுறை அறிவியலையும், வேதாகமத்தையும், ஒருங்கிணைத்துப் பார்க்கக்கூடுமா?

ஒருங்கிணைப்பு: Integration

அறிவியல் மற்றும் வேதாகம உண்மைகளை ஒருங்கிணைக்கும் முயற்சியில் இருமுக்கியமான அடிப்படையான காரியங்களை நாம் கருத்தில் கொள்ள வேண்டியது அவசியம். மாறிக்கொண்டேயிருக்கும், தன்மையுடைய அறிவியல் ஆராய்ச்சிகளையும், வேதாகம விளக்கங்களுடைய மாறுபடும் தன்மைகளையும் கருத்திற்கொள்ள வேண்டுவது அவசியம்.

1. தனது நோக்கத்தை (பார்வையை) மாற்றிக் கொள்ளும் அறிவியல்: (Science changes its views)

பிரபஞ்சத்தில் மிகவும் நுண்ணியமான பொருளாக அணுவை அறிவியலாளர்கள் நம்பிக்கொண்டிருந்தனர். ஆனால் தற்போது நாம் ஒவ்வொரு அணுவுமே ஒரு பிரபஞ்சம் என அறிகிறோம். வெகு அண்மைக்காலம் வரையில் X மற்றும் Y குரோமோசோம்கள் தான் ஒரு கரு ஆண் அல்லது பெண்ணா எனத் தீர்மானிக்கிறது என சொல்லப்பட்டு வந்தது. தற்போது இந்த கருத்து அப்படியே கவிழ்க்கப்பட்டு விட்டது. DNA வின் கண்டுபிடிப்பு நமது உயிர்பற்றிய கருத்தை புரட்சிகரமாக்கிவிட்டது. ஏனெனில் உயிரின் ஆரம்ப வடிவம், மிக சிக்கலான DNA என்பது ஒரு தலைமுறையிலிருந்து மற்றொரு தலைமுறைக்கு அனுப்பப்படுகின்ற செய்தியின் மொழியாக உள்ளது.

இதன் காரணமாக, இதன் பின்னால் ஒரு நபர் கண்டிப்பாக இருக்கக்கூடும் என்று அறியப்படுகிறது.

ஒரு தலைமுறைக்கு முன்னால் இயற்கை ஒரு குறிப்பிட்ட சட்ட விதிகளுக்கு உட்பட்டதாக இயங்கிக் கொண்டிருக்கிறது என்பதாக மக்கள் புரிந்து வைத்திருந்தனர். ஆனால் நவீன அறிவியல் நாம் கற்பனை செய்து கூட பார்க்க முடியாத வகையில் சீரற்ற தன்மை இயற்கையில் இருப்பதை தெளிவு படுத்துகிறது. 'தொகுதி இயற்பியல்' (Quantum Physics) மிக அதிக அளவு தளர்வுடையதாக உள்ளது.

புவியியலும் (Geology) கூட மாற்றமடைந்து கொண்டும், வளர்ந்து கொண்டும் இருக்கிறது. தற்போது பூமியின் வயதைக் கணிப்பதற்கு பற்பல வேறுபட்ட வழிமுறைகள் உள்ளன. சில புதிய வழிமுறைகள் அலைக்கற்றையின் குறைந்த நிலை அளவில் 9000 வருடங்கள் எனவும் அதிக (உச்ச) நிலை அளவில் 175000 வருடங்கள் எனவும் புவியின் வயதை நிர்ணயிக்கின்றன. இந்த அளவு ஏற்கனவே செய்யப்பட்ட கணிப்பாகிய 4 ¼ பில்லியன் வருட அளவினை விட மிகக் குறைந்த வருடங்களாகும்.

மேலும் மனித இன இயலும் (Anthropology) ஒழுங்கற்ற நிலையில் உள்ளது. ஆதிகால மனிதர்கள்தான் நமது முன்னோர்கள் என்ற கருத்து இருந்து வந்தது. ஆனால் தற்கால கணிப்பின்படி, அவர்கள் தோன்றி, வாழ்ந்து நம்மோடு எந்த தொடர்பும் இல்லாதபடி மறைந்துபோன ஒரு இனமாக உள்ளனர் என்று அறியப்படுகிறது. உயிரியலும் (Biology) கூட தற்போது மாற்றமடைந்துள்ளது. தற்காலத்தில் மிகக் குறைந்த எண்ணிக்கையிலான சிலர் டார்வினின் உருமாற்ற வளர்ச்சிக் (Evolution) கோட்பாட்டை நம்புகிறவர்களாக உள்ளனர்.

இவையனைத்தும் நமக்குப் புலப்படுத்துவது என்னவென்றால், நாம் அறிவியல் கண்டுபிடிப்புகளுக்கும், வேதாகமக் கருத்துகளுக்கும் இடையேயான முரண்பாடுகளை கருத்தில் கொள்ளாது தள்ளுபடி செய்ய நினைத்து நமது வேதாகம பொருள் விளக்கங்களை, ஏதோ ஒரு குறிப்பிட்ட காலத்து அறிவியல் காலத்துடன் சம்மந்தப்படுத்துவது அறிவற்ற செயலாகும் என்பதே. ஏனெனில், அறிவியல் அறிவு ஒரு குறிப்பிட்ட நிலையில் நின்று விடாது வளர்ந்து கொண்டே இருக்கிறது.

2. மாற்றமடையும் வேதாகம பொருள் விளக்கங்கள்: (Interpretation of scripture changes).

அறிவியல் அறிவில் வளர்ச்சிக் காணப்படுவது போல, வேதாகம பொருள் விளக்கங்களும், பாரம்பரிய நிலையில் இருந்து அந்தந்த காலங்களுக்கு ஏற்ப மாற்றமடையக்கூடும். வேதாகமம், தேவ ஆவியின் உந்துதலினால் ஏற்பட்டு இருந்தபோதிலும், அதற்கான மனிதர்களின் பொருள் விளக்கங்கள், எப்போதும் தேவனால் அருளப்பட்டவை என எண்ண முடியாது. வேதாகம பகுதிக்கும், அதற்கான தரப்பட்டிருக்கும் பொருள் விளக்கங்களுக்கும் இடையேயான தெளிவான வேறுபாட்டைக் குறிப்பது மிக அவசியம்.

வேதாகமம் பூமியின் நான்கு முனைகள் என்று கூறும் போதும், உதாரணமாக சில வியாக்யானர்கள் தற்காலத்தில் பூமி கன சதுரவடிவானது எனப் பொருள் தருகிறார்கள். வேதாகமம் 'தோற்ற மொழியைப்' (Languages of appearance) பயன்படுத்தியுள்ளது. வான்மண்டலம் சுற்றிவருகிறது என்றெல்லாம் தோற்றமளிப்பதை வர்ணித்துப் பேசுகிறது. ஆனால் நாம் அறிந்தபடி, சூரியன் பூமியைச் சுற்றி வருவதில்லை.

அறிவியல் பொருள் விளக்கம் தளர்வுடைய தெனவும், நமது வேதாகம பொருள் விளக்கங்களும் மாற்றமடையக்கூடியன எனவும் நாம் புரிந்துக் கொள்ளும் போதுதான், நாம் அறிவியலையும், வேதாகம உண்மைகளையும் ஒருங்கிணைத்து, இவையிரண்டிற்கும் இடையே முரண்பட்ட கருத்துக்கள் தென்படும்போது சரியான சமநிலையில் தீர்ப்பிட்டு அறிந்து கொள்ள முடியும்.

ஆதியாகமம் முதலாம் அதிகாரத்தில் 'நாள்' மேலே குறிப்பிட்டவண்ணம், ஒரு ஒருங்கிணைந்த தீர்வு - ஆதியாகமம் முதல் அதிகாரத்தில் கூறப்படும் நாள்களைப் பற்றிய விவரத்தில் மிக அவசியமானதாக உள்ளது. ஏனெனில் இது அறிவியலுக்கும், வேதாகமத்துக்கும் இடையேயான பாரம்பரியப் போராட்டக்களமாக உள்ளது.

ஆதியாகமம் முதல் அதிகாரத்தில் விளக்கப்பட்டுள்ள நாட்களும் பூமியின் உண்மையான வயதும் வேதாகமத்தில் முதலாம் அதிகாரம் பதிப்பிக்கப்பட்ட நாளோடு சில வேதாகமங்களும் புதிப்பிக்கப்பட்ட உண்மையோடு அதனை கி.மு. 4004 என்பதாக வெளிப்படுத்தப்பட்டுள்ளது. இது ஜேம்ஸ் உஷர் என்ற ஐரிஷ் பிரதம பேராயரால் கணக்கிடப்பட்டுள்ளது. (மற்றொரு கல்வியாளர், இன்னும் ஒருபடி மேலே சென்று ஆதாமின் பிறப்பு கி.மு. 4004ல் October 24 ஆம் தேதி காலை 9 மணிக்கு நிகழ்ந்ததாக குறிப்பிட்டுள்ளார்) இவ்வளவும் ஆதியாகமம் 5 ஆம் அதிகாரம் வரை எந்த தேதிகளும் கணக்கிடப்படவில்லை என்ற தெளிவான உண்மை இருந்த போதிலும் குறிக்கப்பட்ட நிகழ்வுகளாக உள்ளன. உஷர் தனது கணிப்புகளையெல்லாம் ஆதியாகமத்தில் பதிவாகியுள்ள தலைமுறைகளின் அடிப்படையில் கணக்கிட்டுள்ளார். யூதர்களின் வம்சாவளிகளில் எல்லா தலைமுறையும் வரிசை

கிரமத்தின்படி இடம்பெறுவதில்லை என்ற உண்மையை அவர் (உஷர்) அறிந்திருக்கவில்லை. 'இன்னாருடைய மகள்' என்று குறிப்பிடப்பட்டுள்ளது அந்த மனிதருடைய பேரனையோ, கொள்ளுப் பேரனையோ கூட குறிக்கலாம். உஷரின் காலக்குறிப்பை நாம் சுலபமாக தள்ளுபடி செய்து விடலாம். ஆனால் வேதம் 6 நாட்களில் படைப்பு நிகழ்ந்தது என மேலெழுந்தவாரியாகக் கூறுவதற்கும், படைப்பு நிகழ்வதற்கு அதிக கால இடைவெளிகள் ஒவ்வொன்றிற்கும் இருந்திருக்கக் கூடும் என்ற அறிவியலின் கூற்றிற்கும் இடையேயுள்ள முரண்பாடு நாம் எதிர் கொள்ள வேண்டிய பிரச்சினையாக உள்ளது.

மூல பாஷையில் 'நாள்' என்பதின் பொருள் என்ன? இது ஒரு எபிரேயபதமான 'யாம்' (Yam) என்பதனைக்குறிப்பதாகும். இவ்வார்த்தை சில நேரங்களில் 24 மணி நேரங்கொண்ட நாளாகவும் பொருள் உணரப்பட்டது. ஆனால் இதற்கு 12 மணி நேர வெளிச்சம் அல்லது ஒரு கால அளவு என 'குதிரையும் வண்டியும் சென்ற நாள் பொழுது' என்ற அர்த்தங்கொள்ளும் வார்த்தைகளின் தொகுதியாகவும் உள்ளது.

இவ்வித அடுத்தடுத்த மாற்று அர்த்தங்களை மனதில் கொண்டு ஆதியாகமம் முதலாம் அதிகாரத்தின் பல்வேறு கருத்தோட்டங்களை ஆராய்வோம்.

புவியின் நாட்கள்: Earth days

சிலர் 'நாள்' என்பதை 24 மணிநேரம் கொண்ட பூமியின் நாளாக எடுத்துக்கொள்கின்றனர். இக்கருத்து அறிவியலாளர்களின் கருத்தோடு முரண்படுகிறது. அறிவியல் அறிஞர்கள் பூமியைப்படைக்க எடுத்துக்கொள்ளப்படும் புவி நேரமாக, மேலெழுந்த

வாரியாகத் தோன்றும் புவியின் வயதிலிருந்து கணிக்கிறார்கள்.

காலத்தில் இடைவெளி : (Gap in time)

சிலர் வசனம் 2க்கும் 3க்கும் இடையில் ஒரு கால இடைவெளி உள்ளது என்கிறார்கள். அவர்கள் நாம் வசனம் 2ல் 'பூமி உருவமற்றிருந்தது' என்று வாசித்தபிறகு, கடவுள் 6 நாட்களில் அனைத்தையும் உருவாக்கியுள்ளதற்கு இடையில் நிச்சயமாக ஒரு கால இடைவெளி மிக நீண்டதாக இருந்திருக்கக் கூடும் என விவாதிக்கிறார்கள். எனவே கடவுள் தமது 6 நாள்களின் பணியை தொடங்குவதற்கு முன்னே பூமி நிலையாக இருந்தது. இது ஒரு சாதாரண கோட்பாடாக, ஸ்காபீல்டு வேதாகமத்தின் பதிப்பிலும் (Scofield Bible), ஏனைய வேதாகமக் குறிப்புகளிலும் காணப்படுகிறது.

அதிக கால இடைவெளியைக் கண்டுபிடிக்க பயன்படும் இரண்டாவது வழி அதனை பெருவெள்ளத்தோடு (Flood) குறிப்பிட்டு விளக்குவதுதான். அநேக நூல்கள், விட்கம் மற்றும் மோரிஸ் (Whitcome and morris) என்ற பெயர்களோடு சம்மந்தப்படுத்தி பதிப்பிக்கப்பட்டன. அப்பதிப்புகள் புவியியல் கால புள்ளிவிவரங்கள் யாவும் பெருவெள்ளத்தின் காலத்திலிருந்து வந்தவை எனவும், மேலாகக் காணப்படும் பாறைகளின் காலங்கள் இந்த வெள்ளப் பெருக்கின் விளைவாக வந்தன எனவும் விவரிக்கின்றன.

காலம் பற்றிய மாயத்தோற்றம் (the illusion of time)

வேறு சிலர் கடவுள் காரணமாக கவனத்துடன் தான் படைத்தவைகளை பழையவைகளைப் போலத் தோன்றும்படி செய்தார். ஆதாமை,

குழந்தையாகப் படைக்காமல் வயது வந்தவனாகப் படைத்ததுபோல, இந்த பூமியையும் அது உண்மையிலேயே தோற்றமளிப்பதை விட மிகவும் பழமையானதாகத் தோன்றும்படி செய்யக் கூடும் என சிலர் நம்பினார்கள். கடவுள் மிகச்சிறந்த புராதான சின்னங்களை உருவாக்குபவராக இருக்கிறார். அவர் ஒரு மரத்தை 200 வருடங்கள் பழமையானதாக, முழுவதும் வளைவுகளுடன் செய்ய முடியும், ஒரு மலையை 1000 வருட பழமையுடன் தோன்றும்படியாகச் செய்யமுடியும். ஒரு இயலுகின்ற கோட்பாடாகத் தான் அது உள்ளது. கடவுள் அதைச் செய்யக் கூடும்.

இடைவெளி மற்றும் மாயத்தோற்றம் என்ற இரு நோக்கங்களும், நாம் 'நாள்' என்பதை அப்படியே பொருள் கொள்கிறோம் எனக் கருதுகின்றன. ஆகவே புவியியலின் பதிவுகளை சரிவர புரிந்துகொள்ள அதிக காலம் தேவைப்படும் என்கின்றன.

புவியியல் யுகங்கள் : (Geological eras)

மற்றொரு அணுகுமுறை 'ஒருநாள்' என்பதை புவியியல் யுகம் என எடுத்துக்கொள்கிறது. இங்கு நாம் ஆறு புவியியல் யுகங்களைப்பற்றிப் பேசுகிறோம். அதாவது 1-3 நாட்கள் சூரிய நாட்கள் இல்லாதவை. (எவ்வகையிலும் அங்கு சூரியன் இல்லை). இது அநேகரால் ஒரு கவர்ச்சிகரமான கோட்பாடாகக் காணப்படுகிறது. எனினும் காலை, மாலை நிறுத்தங்கள் முதலாம் நாளில் இருந்து நடைமுறையில் உள்ளவைகளையோ புவியியல் யுகங்களுடன் ஆறுநாட்களின் விவரங்களோடு தொடர்பு இருக்கும் உண்மையோ ஏற்றுக்கொள்ளத் தவறுகின்றது.

கற்பனை நாட்கள்: (Mythical Days)

சில வேதாகம பொருள் விளக்கம் செய்கிறவர்களுக்கு நாட்களின் நீட்சியைப் பற்றிய கவலை ஏதும் இல்லை என முன்பே கண்டிருக்கிறோம். ஏனெனில் வேதாகமத்தின் இப்பகுதிகள் கட்டுக்கதைகள் - கற்பனைக்கதைகள் என்று கருதுகின்றனர். அவர்களுக்கு ஆறு நாட்கள் என்பது கதைக்கான ஒரு கவித்துவமான வெளிச்சட்டம் எனவும் - கட்டுக்கதை நாட்கள் எனவும், தோன்றுவதால் அவைகளைப் புறக்கணித்து விடலாம். கதையிலுள்ள நீதி போதனையை மட்டும் எடுத்துக்கொண்டு பிறவற்றை அப்படியே விட்டுவிடலாம் எனவும் எண்ணுகிறார்கள்.

கலாசாலை நாட்கள் - (School days)

லண்டன் பல்கலைக்கழக பேராசிரியர் வைஸ்மேன் (professor wiseman of London University) மிகப் புதிரான அணுகுமுறைகளின் ஒன்றைக் கொடுத்துள்ளார். அவர் அந்த நாட்களெல்லாம் 'கல்வியின்' நாட்கள் என்று நம்பினார். கடவுள் தமது படைப்புகள் பற்றிய விவரங்களை மோசேவுக்கு படிப்படியாக, ஏழு நாட்கள் கொண்ட காலக்கட்டத்தில் வெளிப்படுத்தினார். எனவே நமக்கு கிடைத்திருக்கும் பதிவுகள் படைப்பின் படிநிலைகளை மோசேவுக்கு கடவுள் அளித்த வாரக் கல்வியின் மூலம் கிடைக்கப் பெற்றுது தான். மற்றவர்கள் ஏற்றுக் கொண்டாலும், மோசேவுக்கு கிடைத்த வெளிப்பாடு தோற்றங்களின் வடிவில், கிடைத்திருக்கலாம் என கருத்து தெரிவிக்கிறார்கள் - ஒரு வேளை யோவானுக்கு அளிக்கப்பட்ட தோற்றங்கள் (Visions) வெளிப்படுத்தின விஷேத்தை பதிவு செய்யும்படியாக அளிக்கப்பட்டதைப் போல மோசேவுக்கும் அளிக்கப்பட்டிருக்கலாம் எனக்கருதுகின்றனர்.

கடவுளின் பார்வையில் நாள்கள் : God Days

இறுதியாக ஏற்கப்படக்கூடிய பொருள் விளக்கம் - இவைகள் கடவுளின் நாள்களாக ("God Days") இருந்தன என்பதே. காலம் கடவுளைச் சார்ந்தது. ஆயிரம் நாள்கள் கடவுளுக்கு 'ஒருநாளுக்கு' சமானமாகும். இதிலிருந்து புரிந்துக் கொள்ளக்கூடியது என்னவென்றால் கடவுள் தாமே, அனைத்து படைப்பின் அலுவலும் அவருக்கு ஒரு வார கால அளவிற்குரிய வேலையாக இருந்தது என்கிறார்.

படைப்பின் திட்டத்தில் மனுக்குலத்தின் படைப்பிற்குக் கடவுள் கொடுத்திருந்த முக்கியத்துவத்தை வலியுறுத்துவதாக இது உள்ளது. நீங்கள் புவியியலின் கால அளவைக் கருத்திற் கொண்டால் மனித வாழ்வு அதன் அனைத்து முக்கியத்துவத்தையும் இழந்துவிடக்கூடும். உதாரணமாக லண்டனில் தேம்ஸ் நதியின் அணையில் கட்டப்பட்டுள்ள கிளியோபட்ரா ஊசியின் உயரம் (The height of Cleopatra's Needle) நமது பூமி கிரகத்தின் வயதைக் குறிப்பதாகக் கற்பனை செய்துக் கொள்ளுங்கள். ஊசியின் தலைப்பாகத்தில் 10 பென்ஸ் நாணயத்தை பரவலாக வையுங்கள். அது மனித குலத்தின் காலத்தைக் குறிக்கும். அந்த நாணயத்தின் மீது ஒரு தபால் தலையை வையுங்கள் அது நாகரிக உலகின் மனிதனின் காலத்தைக் குறிக்கும். நாள் கணக்கின் பார்வையில் மனுக்குலத் தோற்றம் மிக அற்பமும், குறைவு பட்டதாகவும் தோன்றும்.

ஒரு வேளை கடவுள் படைப்பின் வேலையை ஒரு வார வேலையாக நாம் எண்ணிக் கொள்ள விரும்பியிருக்கிறார் போலும். ஏனெனில் அவர் மிக முக்கியமான பணியாக பூமியில் மனிதர்களாகிய நமது வாழ்வை நிலைப்படுத்துவதில் குறிப்பாக இருந்திருக்க வேண்டும். பிறவற்றை படைப்பதின் விவரங்களுக்கு ஆதியாகமத்தில் மிகக் குறுகிய இடத்தையும், மனித

குலத்தைப் படைத்தல், வாழ்வித்தல் ஆகியவற்றுக்கு அதிக இடம் மற்றும் காலத்தையும் கடவுள் பயன்படுத்துகிறார்.

இந்த கோட்பாடு விரிவுபடுத்தப்படலாம். ஏழாவது நாளுக்கு வேத பகுதியில் முடிவே தரப்படவில்லை. ஏனெனில் ஏழாவது நாள் பல நூற்றாண்டுகளாக நீண்டு கொண்டே இருந்துள்ளது. வேதாகமத்தில் அந்த ஏழாவது நாள் நீண்டு கொண்டே கிறிஸ்து மரித்ததிலிருந்து உயிர்தெழுந்த திருநாள் வரை செல்வதாக உள்ளது. பழைய ஏற்பாடு முழுவதிலும் புதியதாக ஏதும் உருவாக்கப்படவில்லை; கடவுள் படைப்பை முடித்துவிட்டிருந்தார். உண்மையில், பழைய எற்பாட்டில் 'புதிய' என்ற வார்த்தை அதிகமாகப் பயன்படுத்தப்படவில்லை அப்படியே பயன்படுத்தப்பட்டிருந்தாலும், எதிர்மறை அர்த்தத்தில் தான் பயன்படுத்தப்பட்டுள்ளது. பிரசங்கி புத்தகத்தில் நாம், "சூரியனுக்கு கீழே புதியதாக எதுவும் இல்லை" என்பதாக வாசிக்கிறோம். எனவே கடவுள் பழைய ஏற்பாட்டுக் காலத்தின் இறுதிவரை முழுவதும் ஒய்ந்திருந்தார்.

ஆதியாகமம் முதல் அதிகாரத்தில் குறிக்கப்பட்டுள்ள நாட்கள் கடவுளின் நாட்களாகப் பார்க்கப்பட வேண்டும் என உறுதிபட விவாதிக்கிறவர்கள் இருக்கிறார்கள். கடவுள் முழு படைப்பையும் ஒருவாரத்தில் நிகழ்ந்ததாக நாம் கருதிக்கொள்ள வேண்டும் என விரும்புகிறார்.

பாகம் IV: ஏதேன் முதல் பாபிலோன் வரை

மையத்தில் மனிதர் (Man at the center)

ஆதியாகமம் 2-ஆம் அதிகாரத்திற்கு செல்லும்போது முதல் அதிகாரத்திற்கும் இதற்கும் இடையே பெரும் வேறுபாடு இருப்பதை நாம் காண முடியும். எழுத்து நடை, பொருளடக்கம் நோக்கம் ஆகியவைகளில் ஒரு மாற்றம் இருப்பதை நாம் காணமுடியும். முதலாம் அதிகாரத்தில் கடவுள் நடுவிலுள்ளவராக, அவருடைய நோக்கத்தின் படியே படைப்பின் நிகழ்வுகள் உள்ளன. இரண்டாம் அதிகாரத்தில் கடவுளின் படைப்பாகிய மனிதனுக்கு முக்கியத்துவம் தரப்படுகிறது. முதல் அதிகாரத்தில் உள்ள பொதுவான வார்த்தைகள் இரண்டாம் அதிகாரத்தில் குறிப்பிட்ட பொருட்களுக்கு இடம் கொடுத்து விட்டது போல் தோன்றுகிறது. முதலாம் அதிகாரத்தில் மனுக்குலம் சாதாரணமாகி ஆண், பெண் எனக் குறிப்பிடப்படுகிறது. இரண்டாம் அதிகாரத்தில் ஆண், பெண் என்ற வார்த்தைகள், "ஆதாம் ஏவாள்" என்ற இருக்குறிப்பிட்ட நபர்களைக் குறிப்பதாக உள்ளது. குறைத்து மதிப்பிடுவது போல் ஆகிவிடும். அப்படியானால் இந்த பிரச்சினைக்கு எவ்வாறு தீர்வு காணப் போகிறோம்?

அப்படியே 2-ஆம் அதிகாரத்தில் கடவுளுக்கு ஒரு பெயர் கொடுக்கப்படுகிறது. அதிகாரம் 1-ல் கடவுள் சாதாரணமாக 'கடவுள்' (God) ஏலோஹிம் (Elohim) என்று குறிப்பிடப்பட்டார். தற்போது 'கர்த்தராகிய தேவன்' (The Lord God) - ஆங்கில வேதாகமங்களின் மொழிபெயர்ப்பின்படி குறிப்பிடப்படுகிறார். நாம் கர்த்தர் (The LORD) என்று பெரிய எழுத்து வாசிக்கும் போது

அதன் பொருள் எபிரேயத்திலும் கடவுளின் பெயர் அவ்வாறே குறிக்கப்பட்டுள்ளது என்று பொருளாகிறது. எபிரேயத்தில், உயிரெழுத்துக்கள் (vowels) இல்லை. எனவே கர்த்தரின் பெயர், நான்கு உயிர்மெய் எழுத்துக்களால் (consonants) உருவாக்கப்பட்டுள்ளது. அவை J H V H என்ற உயிரெழுத்துக்கள். அவைகளிலிருந்து தான் 'யெகோவா' (Jehovah) என்ற வார்த்தை உருவாக்கப்பட்டுள்ளது. இது உண்மையிலே பிழையானது. 'J' என்ற எழுத்து Y (ய்) என்பது போல உச்சரிக்கப்படுகிறது, V என்ற எழுத்து W (வ்வ) எனவும் உச்சரிக்கப்படுகிறது. ஆங்கில உச்சரிப்பில் இந்த எழுத்துக்கள் Y H W H என உள்ளன. இதிலிருந்து நாம் 'யாவே' (Yahweh) என்ற வார்த்தையைப் பெறுகிறோம். புது எருசலேம் வேதாகமத்தில் (New Jerusalem Bible) இந்த வார்த்தை யாவே கடவுள் (The Yahweh God) என்றே சேர்க்கப்பட்டுள்ளது.

நாம் முன்பே கண்டோம் எவ்வாறு 'always' (எப்போதும்) என்ற ஆங்கில வார்த்தை எபிரேய மொழியில் 'to be' இருக்க என்ற வினையெச்சமாக இருக்கிறது என்பதாகக் கண்டோம். கடவுளைப் பற்றி நினைக்கும்போது இந்த வார்த்தை நினைவில் கொண்டுவர உதவியாயிருக்கும்.

2ஆம் அதிகாரம் மனிதனுக்கும் கடவுளுக்கும் உள்ள உறவுபற்றி அதிகமாக விளக்கி கூறுகிறது. அதிகாரம் 1-ல் ஆணும் பெண்ணும் கடவுள் சாயலாக படைக்கப்பட்டனர் என்று குறிப்பதாக உள்ளது. ஆனால் அதிகாரம் 2-ல் கடவுள் மனிதனிடம் அவரது படைப்புகள் மத்தியில் தனித்தன்மை வாய்ந்த தொடர்புடையவராக இருப்பதைக் காண்கிறோம். வேறு எந்த படைப்புகளையும்விட, மனித வர்க்கத்தோடு கடவுளுக்கு நெருங்கிய தொடர்பு இருந்து வந்துள்ளது. கடவுளிடம் விலங்குகளுக்கு மனிதர்களைப்போல ஆவிக்குரிய உறவு கொள்ள

தகுதி ஏதும் இருக்கவில்லை. இவ்வகையில் மனிதர்கள் தங்களைப் படைத்த கடவுளின் சாயலாக விசேஷித்த வகையில் இருந்து வருகிறார்கள்.

ஆனால் நமக்கு கடவுளுக்கும் மனிதனுக்கும் இடையேயுள்ள வித்தியாசங்கள் குறித்தும் சொல்லப்பட்டுள்ளது. மனிதன் கடவுளின் சாயலாய் உண்டாக்கப்பட்டுள்ள போதிலும், அவரைப்போல் இல்லாதவனாகவும் இருக்கிறான். இது நமக்கு கடவுளோடு உறவு வேண்டுமென்றால் இந்த முக்கியமான உண்மையை நாம் உணர்ந்து கொள்ளுதல் மிக அவசியம். நாம் அவரைப் போல இருக்கிறோம் என்பதில் உண்மை நாம் அவரோடு கொண்டுள்ள உறவு மிக நெருக்கமாக இருக்கக்கூடும் என்பதாகும். ஆனால் அவர் நம்மை போன்றவரல்லர் என்ற உண்மை, நாம் அவரிடம் மிகுந்த மரியாதையுடன் நடந்துகொள்ள வேண்டும் என்பது, அவருக்கு நாம் ஆராதனை செய்வது பொருத்தமானது என்பதும் பொருளாகும். ஒருபுறம் நாம் கடவுளுக்கு மிக நெருக்கமாக இருக்கலாம், மறுபுறம் அவரை மிகுந்த ஆச்சிரியமும் பயமும் கலந்து நோக்கிப்பார்க்க வேண்டும் என்பது புலனாகிறது.

பெயர்களின் முக்கியத்துவம்: (The importance of names):

மனிதன் 'ஆதாம்' என்று கடவுளால் அழைக்கப்பட்டான். அப்பெயரின் பொருள் - மண்ணிலிருந்து எடுக்கப்பட்டவன் (of the earth) என்பது. நாம் மனிதனை தூசியானவன் (Dusty) என்று அழைக்கலாம். பின்னால், அதே அதிகாரத்தில் மனுஷிக்கு 'ஏவாள்' (Eve) என்று பெயர் கொடுக்கப்படுகிறது. அதன் பொருள் 'ஜீவனுடையவள்' (Lively) என்பதாகும். பெயர்கள் தன்னிலை விளக்கங்களாக இருப்பது உண்டு. இன்னமும் ஓசையை வைத்தே வார்த்தைகள் பெயராகவும்

சாதாரணமாக அமைவது உண்டு. உதாரணமாக 'குக்கூ' (cuckoo) என்று குயிலின் ஓசையைக் கொண்டே அதற்கு 'குக்கூ' பறவை (cuckoo bird) எனப்பெயரிடப்படுகிறது. எனவே ஆதாம் விலங்குகளுக்கும் பெயரிடுகையில் அவைகளின் விளக்கங்களை வைத்தே பெயரிட்டான். வேதாகமத்தில் உள்ள பெயர்கள் விளக்கங்களாக மட்டுமல்ல, அதிகாரமுடையதாகவும் உள்ளன. பெயரைக் கொடுப்பவருக்கு, பெயரைப் பெற்றவர் மேல் அதிகாரம் உண்டு. இப்படியாக தனது அதிகாரத்தை பிரயோகித்து எல்லா விலங்குகளுக்கும் பெயரிட்டான். தனது மனைவிக்கும் கூட ஆதாமே பெயரிட்டான் இந்த அம்சம் இன்றும் நினைவு கூறப்பட்டு வருகிறது. பெண்கள் திருமணம் ஆகும்போது கணவருடைய பெயரை உடன் சேர்த்துக் கொள்வது வழக்கமாயிற்று.

இந்த அதிகாரத்தில் இடங்களின் பெயர்களும் அடங்கியுள்ளன. நிலப்பகுதி வறண்ட நிலமாக தொடர்ந்து இருக்கவில்லை. நமக்கு ஹவிலா, கூஷ், அஷீர் மற்றும் ஏதேன் தோட்டத்தைப் பற்றி தெரியும். தண்ணீர்களும் கூட பெயரிடப்பட்டன. நான்கு ஆறுகள் குறிக்கப்பட்டுள்ளன. இந்நாள் வரைக்கும் யூப்ரடிஸ், டைகிரிஸ் என்று பெயரிடப்பட்டவை அப்படியே உள்ளன. துருக்கியின் வடகிழக்குப் பகுதியில் ஏதேன் தோட்டம், அராரத் மலை இருக்கின்ற ஆர்மீனியா - (அங்குதான் நோவாவின் பேழை புதைக்கப்பட்டுள்ளன. இவ்விடங்களெல்லாம் பெயரிடப்பட்டவை.

மனித தொடர்புகள்: (Human relationships):

ஆதியாகமம் 2-ல் உறவுகளின் கூட்டத்தில் வாழ்க்கை என்பது என்னவென்று விளக்குகிறது. உறவுகள் மூன்று படிவங்களை பெற்றிருக்கின்றன. அவை, கீழானவை, மேலானவை நம்மோடு இருப்பவை - வேறுவகையில் சொல்வதானால் நமக்கு

இயற்கைக்கு நேர்கீழான உறவு, நேர்மேலான உறவு கிடைமட்ட உறவாக சக மனிதர்களோடு உள்ள உறவு. இந்த மூன்று படிநிலைகளையும் இன்னமும் கூர்ந்து கவனிப்போம்.

இயற்கையோடு நமது உறவு:

முதல் பரிமாணத்தில் கடவுள் படைத்திருக்கும் மற்ற படைப்புகளின் மீது நமக்குள்ள உறவு. இந்த உறவு வசப்படுத்திக் கட்டுக்குள் வைத்திருப்பதான உறவு. விலங்குகள், மனிதனுக்கு சேவைபுரிவதற்காகவே கொடுக்கப்பட்டுள்ளன. இதன் பொருள் நாம் விலங்குகளைக் கொடுமையாக நடத்தவும், அவைகளை அழிக்கவும் அதிகாரம், அனுமதி பெற்று இருக்கிறோம் என்பதல்ல. ஆனால் அவைகள் மனிதனைவிட நேரத்தில் குறைந்தவை என்பதான அர்த்தம் கிடைக்கின்றது.

மனித கருவின் பரிசுத்த தன்மையைப் பாதுகாப்பதை விட சீல் மிருகத்தின் சின்னக் குட்டியைப் பாதுகாப்பதற்கு அதிக முக்கியத்துவம் தருகின்ற காலக்கட்டத்தில், இதனை நன்கு புரிந்துக் கொள்வது மிக அவசியம். ஒருமனிதனுடைய அசுத்த ஆவியை விரட்டி அவனைக் காப்பாற்றி குடும்பத்தாரோடு சுகதேகியாக சேர்ப்பதற்கு இயேசு 2000 பன்றிகளை தியாகம் செய்யத் தயாராக இருந்தார். ஆதியாகமம் 9-ஆம் அதிகாரத்தில், பெரு வெள்ளத்திற்குப் பின்னர் மிருகங்கள் மனித குலத்திற்கு ஆகாரமாக அளிக்கப்பட்டது குறித்து வாசிக்கிறோம். நமக்குக் கீழுள்ள இயற்கையோடு அவைகளை வளர்க்கவும் கட்டுப்படுத்தவும் அதிகாரம் வேண்டும்.

இந்த சூழலில் மனுக்குலத்திற்கு உபயோகமும், நேர்த்தியுமான சுற்றுச்சூழல் மிக அவசியம் என்பதை நோக்கிப் பார்த்தல் ஆர்வமூட்டுவதாக உள்ளது.

கடவுள் மனிதனை வனாந்தரத்தில் வைக்காமல், அவனுக்காக ஒரு தோட்டத்தை உருவாக்கியிருந்தார். இங்கிலாந்தில் தோட்டத்தோடு கூடிய பழைய வீடாக பூஞ்செடிகளும், உருளைக் கிழங்கு செடிகளும் சேர்ந்து காணப்படுகிறது போல ஒரே நேரத்தில் உபயோகமும், அழகுமாக சேர்ந்ததாக அமைத்திருந்தார்.

கடவுளோடு நமக்குள்ள உறவு:

இரண்டாவது பரிமாணம் மேலே உள்ள கடவுளோடுள்ள நமது ஐக்கியத்தைக் குறிக்கிறது. இந்த உறவின் தன்மை ஏதேன் தோட்டத்திலிருந்த இரண்டு மரங்களைக் குறித்த கடவுளின் கட்டளையில் ஒரு பகுதியாகக் காணப்படுகிறது. அவை நன்மை அறியச் செய்யும் மரம், மற்றது ஜீவன்தரும் மரம் ஆகியன. இவற்றில் ஒன்று ஆயுசு நாட்களைக் கூட்டும். மற்றொன்று ஆயுசு நாட்களைக் குறைக்கும். இவை மந்திர சக்தியுள்ளவையல்ல, ஆனால் அவை புனிதத்திற்குரியத் தருக்களாகும். வேதாகமத்தில் பருப் பொருளின் மூலமாகத்தான் ஆவிக்குரிய ஆசீர்வாதங்களையோ சாபங்களையோ தெரியப்படுத்துகிறார். எனவே அப்பத்தையும் திராட்சை ரசத்தையும் திருவிருந்தில் உண்ணும் போது அது நமக்கு ஆசிர்வாதத்தை தரும். ஆனால் அவைகளை தவறாகவோ, அதிகமாகவே உண்ணுவோமானால் அது நமக்கு சாபமாக மாறி, நோயையோ, மரணத்தையோ கொண்டுவரும். கடவுள் கண்காணும் பொருட்களின் மூலமாகவே, கிருபையையும் நியாயத் தீர்ப்பையும் வெளிப்படுத்துகிறார். ஜீவ விருட்சம், ஆதாமும் ஏவாளும் இயற்கையின் படி அழிவுக்குரியவர்களாக இருக்கவில்லை. ஆனால் ஆவிக்குரியபடி அழியாமல் இருக்க தகுதி பெற்றவர்களாக இருந்தார்கள். ஜீவ தருவை அணுகியதால் மட்டுமேயன்றி தங்களுடைய உள்ளான தன்மையினால் நித்திய ஜீவிகளாக வாழ்ந்திருக்க முடியாது.

இந்நாள் வரையில் எந்த விஞ்ஞானியும், நாம் ஏன் மரணிக்கிறோம் என்று கண்டுபிடிக்கவேயில்லை. மரணத்திற்கான காரணங்கள் பலவற்றை கண்டுபிடித்திருக்கிறார்களே தவிர, ஏன் நமது உள்ளான வாழ்க் கடிகாரம் விழுந்து போகிறது என யாருக்கும் தெரியாது. எல்லாவற்றிற்கும் மேலாக, நமது உடம்பு மிக ஆச்சரியமான ஒரு இயந்திரம். அதற்குத் தேவையான உணவு, நல்ல ஆரோக்கியமானக் காற்று, உடற்பயிற்சி ஆகியவற்றைக் கொடுத்தால், கொள்கையளவில் மிகச் சிறப்பாக இயங்கித் தன்னைத்தானே புதுப்பித்துக் கொள்ள முடியும். ஆனால் அது அவ்வாறு நடப்பதில்லை. அது ஏன் என்று யாருக்கும் தெரிவதில்லை. அதன் இரகசியம் ஜீவ தருவில்தான் உள்ளது. மனுக்குலம் நித்தியமாய் வாழவேண்டும் என்ற நோக்கத்தில்தான் கடவுள் அந்த ஜீவ தருவை ஏதேன் தோட்டத்தில் அவர்களுக்காக நாட்டியிருந்தார். மனிதன் தனது தனித்தன்மையினால் நித்தியமானவன் அல்ல. ஆனால் கடவுளுடைய நிலையான உயிரளிப்பின் மூலமாகத்தான் அழியாமல் நித்தியமாய் இருக்க வாய்ப்பு பெற்று இருக்கிறான்.

இதைப்போலவே மிக முக்கியத்துவம் பெற்றது தான் நன்மை, தீமை அறியத் தக்க மரம். 'அறிவு' (Knowledge) என்ற வார்த்தைக்குப் பதிலாக 'அனுபவம்' என்ற வார்த்தையைப் போட வேண்டும். வேதாகமத்தில் 'அறிவு' என்ற கருத்து உண்மையிலேயே தனிமனித அனுபவமாகத்தான் உள்ளது. இந்தக் கருத்து பழைய மொழிப் பெயர்ப்பு வேதாகமத்தில் குறிக்கப்பட்டுள்ளது. அதில், ஆதாம் ஏவாளை அறிந்தான். அவள் கர்ப்பம் தரித்து ஒரு குமாரனைப் பெற்றாள் என்று சொல்லப்பட்டுள்ளது. இவ்விடத்தில் 'அறிதல்' (Knowledge) என்பது தனிமனித அனுபவமாக உள்ளது. ஒருவரை அல்லது ஒன்றைப் பற்றி அறிந்து கொள்ளுதல் ஆகிறது. கடவுளுடைய கட்டளை இந்த 'அறிவு'

மரத்தைத் தொடக்கூடாது என்பது. ஏனெனில் கடவுள் மனிதன் நன்மை, தீமைகளை அறிந்து கொள்ளுதல் - அனுபவித்துப் பார்க்கக் கூடாது என்பது தான். மனிதன் தனது மாசு மருவற்ற, களங்கமில்லாத நிலையில் நீடித்திருக்க வேண்டும் எனவே அவர் விரும்பினார். இன்றும் இது அதே போலத்தான் உள்ளது. ஒருமுறை நாம் தவறு செய்துவிட்டால் அதற்கு முன்பிருந்த மாசற்ற நிலையில் ஒருவேளை மன்னிக்கப்படலாம். ஆனால் நமது கள்ளம் கபடமற்ற நிலையை இழந்த நபர்களாகத்தான் இருக்கவேண்டியதாகும்.

அப்படியிருக்கையில் கடவுள் ஏன் மனிதன் அந்த மரத்தை அத்தனை சுலபமாக எட்டும்படி கைக்கெட்டும் இடத்தில் நாட்டியிருந்தார்? கடவுள் உரைப்பது என்னவெனில் தான் படைத்தவைகளின் மீது தனது அதிகாரத்தை தான் தனது ஆதீனத்தில் (அதிகார எல்லையில்) வைத்திருந்தார் என்பதுதான். படைப்புகளை எது நல்லது எது கெட்டது என தீர்மானித்துக்கொள்ளக் கூடாது. மாறாக கடவுள் தங்களுக்கு எவைகளைச் சொல்லுகிறாரோ அதை மட்டும் செய்யும்படி அவர்மீது நம்பிக்கை வைக்க வேண்டும். மேலும் கடவுள் அவர்கள் நிலச் சொந்தக்காரர்கள் அல்லர், குடியிருப்பவர்களே என்பதை அடிக்கோடிட்டுக் காட்டுகிறார். நிலச்சொந்தக்காரருக்குத் தான் சட்டதிட்டங்களை செயல்படுத்த முழு அதிகாரம் உண்டு.

இந்த பகுதி, மனிதனுக்கும் கடவுளுக்கும் இடையேயுள்ள கிடைமட்ட உறவின் முக்கியத்துவத்தை (Horizontal Relationship) முழுவதுமாக தள்ளுதல் செய்கிறது. இதைக்குறித்து பின்வரும் பகுதிகளில் ஆராயலாம். மனிதன் தன்னை தனக்கு கீழிருக்கும் படைப்புகளோடும், மேலிருக்கும் கடவுளோடும் மாத்திரமல்ல தனக்கு இணையானவைகளோடும்

சம்மந்தப் படுத்திக் கொள்ள அவசியமுண்டு. மற்ற மக்களோடு சம்மந்தப்படுத்திக் கொள்ளாமல், கடவுளோடு மாத்திரம் தொடர்பில் இருந்தால் நாம் முழுமையான மனிதர்கள் அல்ல. நமக்குள்ளே ஒரு பிணைப்பு தேவை. இக்கருத்து எபிரேய வார்த்தையான 'சாலோம்' (Shalom) என்ற வார்தையோடு ஒத்துப்போகிறது. இதன் பொருள் ஒருங்கிணைப்பு - ஒன்றிப்பு (Harmony) என்பது. உனக்குள் ஒருங்கிணைப்பு, கடவுள், மற்ற மக்களுடன், இயற்கையுடன் ஒருங்கிணைப்பு என்பதைக் குறிக்கும்.

ஆதியாகமம் 2-ஆம் அதிகாரத்தில் நமக்கு - கடவுளுக்கும் மனிதனுக்கும் இடையேயுள்ள ஒருங்கிணைப்பின் உறவின் காட்சி கிடைக்கிறது. கடவுள், மனிதன் இந்த ஒருங்கிணைப்பை உடைத்துவிடும் நாளிலே அவன் சாவான் என்ற எச்சரிக்கையைக் கொடுக்கிறார். இது உடனடி பாதிப்பாக இருக்க அவசியமில்லை. ஆனால் அவனது காலச் சக்கரம் பின்னோக்கி சென்று ஒருவழியாக நின்றுவிட ஆரம்பிக்கும்.

சிலர் இந்த தண்டனையின் (மரணம்) கொடூரத்தைப் பற்றி அதிகமாக வினாவுகிறார்கள். ஒரு சிறிய பாவத்திற்கான தண்டனை மரணம் என்பது மிகக் கடுமையான தண்டனையாகத் தோன்றுகிறது. ஆனால் தேவன் கூறுவது என்னவென்றால், மனிதன் ஒருமுறை பாவத்தை அனுபவித்தால் பூமியில் அவனது வாழ்நாள் குறையத் தொடங்க வேண்டும். இல்லாவிட்டால் பூமியில் பாவம் நித்தியமாய் நிலைப் பெற்றுவிடும் என்பதாகும். கடவுள் தமக்கு எதிராக நிற்பவர்களைத் தொடர்ந்து வாழும்படி அனுமதித்தாரென்றால் இந்த பிரபஞ்சத்தையே அவர்கள் அழித்துவிடக்கூடும். எனவே தமது பரிசுத்தத்தின் மேலுள்ள அதிகாரத்தை, ஆளுமையை

ஏற்றுக் கொள்ளாதவர்களுக்கு காலவரையறையை வைத்துள்ளார்.

ஒருவரோடொருவர் மீதுள்ள நமது ஐக்கியம்:
(Our relationship to each other)

மனிதனுக்கு அவனுக்கேற்ற பொருத்தமான ஒரு துணைத் தேவைப்பட்டது. எவ்வளவுதான் விலையேறப் பெற்றதும், மதிப்புள்ளதுமாக ஒரு செல்லப்பிராணி இருந்தாலும், மற்றொரு மனிதனைப்போல ஒரு மனிதனுக்கு தனிப்பட்ட நட்புறவுக்கு ஏற்றதாக, தகுதியுடையதாக அது இருக்க முடியாது. எனவே கடவுள் ஆதாமுக்கு ஏற்றதுணையாக ஏவாளைப் படைத்தார். ஆதியாகமம் முதல் அதிகாரத்தில் ஆதாமும் ஏவாளும் தகுதியில் சரிசமமானவர்கள் என்று நமக்கு சொல்லப்பட்டுள்ளது. பிற்பகுதியில் நாம் பார்க்கும்போது, அவர்கள் வாழ்வின் இழப்பிலும், தாழ்விலும், விதிவசத்திலும் கூட சமமானவர்கள் என்று அறிந்து கொள்கிறோம்.

ஆதியாகமம் 2ல் ஆண்பெண் இருவருக்கும் வெவ்வேறான பணிகள் நியமிக்கப்படுவதைக் காண்கிறோம். வேதாகமம் மனிதனின் பொறுப்பு பாதுகாப்பு அளிப்பது எனவும், பெண்ணானவள் ஆணுக்கு உற்ற துணையாகவும், அவனுடைய பாதுகாப்பை ஏற்றுக்கொள்ளுகிறவளாகவும் இருக்க வேண்டும் என்று பொறுப்புகளைக் கூறுகிறது. புதிய ஏற்பாட்டில் ஆராய்ந்து தேர்ந்தெடுத்த மிகமுக்கியமான மூன்றுக் கருத்துக்களை கவனத்தில் கொள்ளுவது மிக அவசியம்.

1. பெண்ணானவள் ஆணிலிருந்து எடுக்கப்பட்டவள் (Woman is made from man). பெண் தனது இருப்பையே ஆணிடமிருந்துதான் பெற்றிருக்கிறாள். உண்மையில்

நாம் ஏற்கனவே அறிந்தவண்ணம், மனிதன் பெண்ணுக்கு, மிருகங்களுக்கெல்லாம் பெயர் கொடுத்ததுபோலவே மனுஷி என்று பெயர் கொடுத்திருக்கிறான்.

2. பெண் ஆணுக்குப் பிறகு உருவாக்கப்பட்டவள்:

(Woman is made after man) எனவே மனிதன், முதற்பிறப்பு என்கிற பொறுப்பினை உடையவனாக இருக்கிறான். அதனுடைய முக்கியத்துவம் ஆதியாகமம் - 3 ஆம் அதிகாரத்தில் தெளிவாக உள்ளது. அங்கே பாவம் புரிந்ததற்கு ஆதாம் தான் குற்றம் சாட்டப்படுகிறானே, தவிர ஏவாள் அல்ல, ஏனெனில் அவளுக்குப் பொறுப்பானவனும் அவனே.

3. பெண் ஆணுக்காகப் படைக்கப்பட்டாள்:

(Woman is made for man) ஆதாம் மனைவியைப் பெற்றிருப்பதற்கு

முன்னமே அவனுக்கு வேலை இருந்தது. தனது பணிகளுக்காகவே மனிதன் உருவாக்கபட்டவன். ஏவாள் முதன்மையாக உறவின் ஐக்கியத்திற்காகத்தான் உருவாக்கப்பட்டாள். இதற்கு ஆண் உறவுகளுக்காக இல்லையென்றோ, பெண் வேலைகள் செய்யப் போகக்கூடாது என்றோ பொருள் அல்ல. ஆனால் அவரவர் தங்களின் முதன்மையான காரணங்களுக்காகத்தான் கடவுள் அவர்களை ஆணும் பெண்ணுமாக படைத்திருந்தார். ஆணானவன் பெண்ணுக்குப் பெயரிட்டதும் (மனுஷி) கூட இவ்வாறு இணைந்து செயலாற்றுதலை வெளிப்படுத்துகிறது. ஜனநாயகமாக அல்ல, தலைமையாக பொறுப்பேற்றல் ஆணிடம் தரப்பட்டுள்ளது என்று வெளிப்படை. இங்கு போட்டியின்றி இணைந்து செயலாற்றலே கருத்தில் கொள்ளப்பட வேண்டியதாக உள்ளது.

ஆதியாகமம் 2ல் மனித உறவுகளின் பிற பகுதிகளும் விவரிக்கப்பட்டுள்ளன. பாலினம் (sex) என்பது நல்லது. அது பாவம் என்று பெயரிடப்படவில்லை (SIN). அது மிக அழகானது அதனை 'மிக நன்று' (very good) என்று கடவுள்தாமே கூறினார். பெற்றோராக ஆவதைக் காட்டிலும் ஒருவருக்கொருவர் இணைந்து செயல்படுகின்ற பங்காளிகளாக இருப்பதற்காகத்தான் கடவுள் பாலினத்தை ஏற்படுத்தினார். (கருத்தடைக்கான முக்கியக் கருத்தாக இது பார்க்கப்படுகிறது. உடலுறவில் பங்குகொள்ளாமலேயே பெற்றோராக இருப்பதற்கான திட்டத்தை இது செயல்படுத்துகிறது.)

அதிகாரங்கள் 1 மற்றும் 2ல் உள்ள இரண்டு வசனங்கள் பாலியல்பு பற்றிய கவித்துவமானவைகளாகத் தரப்பட்டுள்ளன. கடவுள் தமது சாயலாக ஆண் பெண்ணைப் படைக்கும் போது ஒரு கவிஞராகவே ஆகிவிட்டார். பின்னர் ஆதாம், தனக்கு கடவுள் நடத்திய முதல் அறுவைச் சிகிச்சைக்குப்பின் மயக்கத்திலிருந்து தெளிந்து எழுந்தபோதுதான் கண்ட அழகான, நிர்வாணப் பெண்ணைப் பார்க்கையில் தானும் ஒரு கவிஞன் ஆகிவிட்டான். எபிரேயத்திலிருந்து மொழிப்பெயர்க்கப்பட்ட ஆங்கில மொழிப் பெயர்ப்புகள் இந்த அழகிய பகுதியின் அழுத்தத்தை சரிவரக் கொண்டுவரவில்லை. ஆதாம் வாய்விட்டு தனது ஆச்சரியத்தை 'ஆகா' இது இப்படியாக உள்ளதே! என வெளிப்படுத்தியிருக்ககூடும். இவ்விரண்டு கவிதைத்துளிகளும், பாலியல்பு குறித்து கடவுளுக்கும் மனுஷனுக்கும் உண்டான அதீத மகிழ்ச்சியினை வெளிப்படுத்துகின்றன.

ஒருவனுக்கு ஒருத்தி என்ற திட்டமே பாலியல் உறவின் திட்டமாக இருக்கிறது என்பது மிகத் தெளிவான உண்மை. திருமணம் என்பது விட்டுவிடுதல் (leaving) மற்றும் பற்றிக் கொள்ளுதல் (cleaving) என்ற இரு நிலைகளால் ஆக்கப் பட்டுள்ளது.

உடல்பூர்வம் மற்றும் சமூகம் என்ற இரு அம்சங்கள் ஒற்றுமை என்ற உயர்நிலையை (ஒன்றிணைக்கும்) ஒட்டிக்கொள்ளவைக்கும் சாந்துகளாக உள்ளன. இவ்விரண்டு அம்சங்களில் ஒன்று இல்லாவிட்டால் அது திருமணம் ஆகாது. சமூக அங்கீகாரம் இல்லாத உடல் பூர்வ உறவு திருமணம் அல்ல, அது விபச்சாரம். சமூக அங்கீகாரம் இருந்தும், முழுமையான உடல்பூர்வ நெருக்கம் இல்லாவிட்டாலும் அது திருமணமாக கருதப்படமுடியாது. எனவே இப்படியான திருமணங்கள் ரத்து செய்யப்பட வேண்டும்.

திருமணமே மற்ற எல்லா உறவுகளுக்கும் முந்தியிருப்பது என நமக்கு கூறப்பட்டுள்ளது. இதனைக் கூர்ந்து வரலாற்றினூடே ஆராய்வோமானால், நமது மாமன், மாமியைப் பற்றி எந்த ஒரு கேலியும், பரிகாசமும் இடம்பெற முடியாது. ஒரு மனிதனின் பங்காளியான கணவனோ, மனைவியோதான் வாழ்வில் முக்கியத்துவமான முதலிடம் பெறவேண்டும். மற்ற எந்த உறவுகளும், தங்களது குழந்தைகளும் கூட அவ்விடத்திற்கு பின்னால் தான் கருதப்படவேண்டும். கணவன் மனைவி இருவரும்தான் மேலான முதலிடம் பெறவேண்டும். இந்த உயர்ந்த கருத்துதான் 2-ஆம் அதிகாரத்தில், தம்பதிகள் இருவரின் ஒளிவு மறைவு இன்மை, எந்த ஒரு தயக்கமோ மறைவோ இல்லாத ஒருவருக்கொருவரிடையே இருக்க வேண்டிய வெளிப்படை உறவு ஆகிய அம்சங்களோடு வண்ணம் தீட்டப்பட்டுள்ளது. இது ஒரு அற்புதமான சித்திரம், இதைத்தான் அநேக நூற்றாண்டுகளுக்குப் பின்பு இயேசுவும் சுட்டிக்காட்டியுள்ளார்.

ஆதியாகமம் 2 ஆம் அதிகாரம், மனுக்குலத்திற்கும் படைக்கப்பட்டுள்ள உலகத்திற்கும், உன்னதத்திலுள்ள தேவனுக்கும் மற்றும் நமக்கிணையாக உள்ள சகமனிதர்களுக்கும் அமைந்திருக்க வேண்டிய

மூன்று நிலைகளாக உள்ள உறவின் இசைவினைத் தெளிவாகக் விளக்கியுள்ளது. இருப்பினும், மனுக்குலத்தின் தோற்றம் பற்றிய அறிவியல் பூர்வமான பிரச்சினைகளை அலசி ஆராய வேண்டிய சில காரியங்களும் உள்ளன.

வரலாற்றுக்கு முந்தின மனிதர்கள் எங்கே பொருந்தி வருகிறார்கள்? (Where do prehistoric men fit in?)

உருமாற்ற வளர்ச்சிக் கோட்பாடு (Evolution theory) மனித இனம் மனித குரங்கிலிருந்து உருவானது என்பதாக விவாதிக்கிறது. புவியியல் சம்பந்தமான கண்டுபிடிப்புகள் தற்காலத்து அறிவு ஜீவி (Homosapiens) களாக தற்கால மனுக்குலத்தோடு ஒப்பிடத்தக்க வரலாற்றுக்கு முந்திய காலத்து மனிதர்கள் வாழ்ந்திருந்தனர் என்று கண்டுள்ளது. கென்யாவிலுள்ள பல்வேறு இடங்களுக்குள் ஆர்துவிகார்ஜ் (orduvi gorge) என்னும் இடத்தில் தந்தையும் மகனுமான லீக்கி (leakeys) களால், பல்வேறு சடலங்கள் கண்டுபிடிக்கப்பட்டுள்ளன. வேதாகமத்தில் குறிப்பிடப்பட்டுள்ளது போல மத்திய கிழக்கு நாடுகளைக் காட்டிலும் ஆப்ரிக்காவில் தான் மனித வாழ்வு தொடங்கியிருக்கக் கூடும் எனக் கூறப்படுகிறது.

இந்த ஆதாரத்திலிருந்து என்ன அறியப்படக் கூடும்? எவ்வாறு வரலாற்றுக்கு முன் வாழ்ந்த ஆதிகால மனிதனோடு நவீனகால மனிதனுக்கு உள்ள தொடர்பை, உறவை நாம் எவ்வாறு புரிந்துக் கொள்ளக்கூடும்? வேதாகமும், விஞ்ஞானமும் ஆதிகால மனிதனைப் பற்றிக்கூறும் கருத்துக்களோடு நாம் ஒத்துப்போவது சாத்தியமா?

மனிதனின் ஆரம்பம் (மூலம்)

முதலாவது வேதாகமம் கூறுவதைக் காண்போம்.

ஆதியாகமம், மனிதன் மிருகங்களைப்படைத்த அதே பொருளினால் தான் படைக்கப்பட்டுள்ளான் எனக் கூறுகிறது. மிருகங்கள் பூமியின் மண்ணினால்தான் படைக்கபட்டன. நாமும் கூட சரியாக விலங்குகள் உருவாக்கபட்ட அதே மண்ணினால் தாதுப் பொருட்களால் உருவாக்கப்பட்டிருக்கிறோம். சமீபகால ஆராய்ச்சியின் மதிப்பீடு, ஒரு உடலில் உள்ள தாதுப் பொருட்கள் ஏறக்குறைய 85 காசுகள் (cents) மதிப்புடையன என அறிவிக்கிறது. எனினும் விலங்குகள் உலகத்திற்கு மாறாக, ஆதியாகமம் 2 ஆம் அதிகாரம் மண்ணால் செய்யப்பட்ட மனிதனின் நாசியில் கடவுள் தமது சுவாசத்தை ஊதினார். மனிதன் ஜீவாத்துமாவாக மாறினான் என்று கூறுகிறது.

ஆத்துமா: (Soul) 'ஆத்துமா' என்பது ஒரு தவறுதலாகப் புரிந்து கொள்ளப்பட்ட வார்த்தையாக உள்ளது. விலங்குகளைக் குறிக்கும் மிகச்சரியான வார்த்தை ஆதியாகமத்தில் கூறப்பட்டுள்ளது. அவை 'ஜீவிக்கும் உயிர்கள்' (Living souls) என எபிரேயத்தில் - 'சுவாசிக்கும் உடல்' என அர்த்தமுடன் கூறப்பட்டுள்ளது. விலங்குகளும், மனிதர்களும் ஜீவிக்கும் ஆத்துமாக்கள்(உயிர்கள்) எனக் குறிப்பிடப்பட்டிருப்பதால், அவையிரண்டு இனங்களும் ஒரே வகையான ஜீவிகள் என்பது புலனாகிறது. நாம் உடலில் அபாயமான சூழ்நிலையில் இருக்கையில் SOS (விரைவான வேண்டுகோள் காப்பாற்றப்பட வேண்டி அனுப்புவது) தான் அனுப்புவோமே தவிர SOB யை அனுப்புவது அல்ல - நமக்கு அப்போது தேவைப்படுவது என்னவென்றால் சுவாசிக்கும் (மனிதர்கள் மிருகங்கள்) காப்பாற்றப்பட வேண்டும் என்பதே.

ஹைட் பார்கில் (Hyde park) பேச்சாளார் அரங்கிலிருந்து பிரபு சோப்பர் (lord soper) அவர்களிடம் சரீரத்தில் எவ்விடத்தில் ஆத்துமா உள்ளது எனக் கேட்டபோது,

ஓர் இசைக் கருவியில் இசை எங்கு உள்ளது! ஒரு ஆர்கனையோ, பியானோவையோ துண்டு துண்டாக உடைத்துப் பார்த்தால் 'இசை' எங்குள்ளது எனக் கண்டு பிடிக்கவே முடியாது. யாராவது ஒருங்கிணைத்து அதற்கு மீண்டும், இயக்கத்தைக் கொடுத்தால் மட்டுமே அக்கருவியிலிருந்து இசையைப் பெறமுடியம்.

விசேஷித்த படைப்பு: (A special creation)

ஆதியாகமம் 2ம் அதிகாரத்தில் உள்ள 'ஆத்துமா' என்ற வார்த்தை அநேகர் மனிதன் தனித்தன்மை உடையவனாக இருப்பதுதான் என்று தவறுதலாகப் புரிந்துகொள்ளச் செய்துள்ளது. உண்மையில் நாம் மற்றொரு காரணத்திற்காக விசேஷமானவர்களே. மனிதனும், மனிதகுரங்குகளும் ஒரே பொதுவான பொருளிலிருந்து உருவாக்கப்பட்டடுள்ளதைப் பார்க்கையில், வேதாகமம் அளிக்கும் விவரத்திற்கு அது நேர்மாறாக உள்ளது போல் காணப்படுகிறது. உண்மையில் மனிதன் சந்தேகமற கடவுளின் ஒரு விசேஷ படைப்புதான். கடவுளின் சாயலாக, மண்ணிலிருந்து நேரடியாக உருவாக்கப்பட்டுள்ளான். மறைமுகமாக மற்றொரு மிருகத்திலிருந்து அல்ல. (பரிணாம வளர்ச்சியினால் அல்ல). எபிரேய வார்த்தையான 'பரா' (bara) - முற்றிலும் புதியதான உருவாக்கம் - மூன்று முறை மட்டுமே - பொருட்கள், உயிர் மனிதன் - இலைகளின் உருவாக்கத்தின் போது மட்டுமே பயன்படுத்தப்பட்டுள்ளது. இக்காவியம், மனிதனின் படைப்பில் உள்ள விசேஷத்தைக் குறிப்பதாக உள்ளது.

ஆதியாகமத்திலுள்ள விவரங்கள் மனித குலத்தின் ஒருமைப்பாட்டை வலியுறுத்துவதாகவும் உள்ளது. அப்போஸ்தலனாகிய பவுல் அத்தேனர்களுக்கு, கடவுள் நம்மை ஒரே இரத்தமாக படைத்துள்ளார்

எனக் கூறியுள்ளார். வரலாற்றிலுள்ள ஒவ்வொன்றும் நிகழ் காலத்தில் மனித குலத்தின் ஒருமைப்பாட்டை சுட்டிக்காட்டுகிறது. நான் ஓரளவு விவசாய புதைப் பொருள் ஆராய்வைப்பற்றி படித்துள்ளேன். அவைகளில் குறிப்பிடப்பட்டுள்ள தானியங்களைப் பயிரிடுவதின் விவரம், மிருகங்களை வளர்ப்பு மிருகங்களாக வளர்ப்பதுபற்றியும் கூறப்பட்டுள்ள விவரங்கள் மிகச்சரியாக ஏதேன் தோட்டத்தில், துருக்கியின் வடகிழக்குப் பகுதியிலே அல்லது தெற்கு ஆர்மீனிய பகுதியிலே இருந்ததைப் போல இருப்பதைக்குறித்து கண்டுகொள்ள மிக ஆர்வமாக இருக்கிறது.

அறிவயல் பூர்வ யூகங்கள்: (Scientific speculation)

இதுகுறித்து அறிவியல் கூறுவதற்கு என்ன உள்ளது; அநேகர், ஆதிகால மனிதனைப் பற்றி அறிவியல் பொய்யான கண்டுபிடிப்புகளைச் செய்துள்ளதா? அல்லது வேதாகமம் பொய்யான ஆராய்வுகளைச் செய்துள்ளதா என்ற இரண்டு கருத்துக்களில் ஒன்றை ஏற்றுக் கொண்டு, மற்றொன்றை தள்ளிவிடும்படியாக கூறுவார்கள்.

அறிவியல் ஆராய்ச்சி மனித உடம்பின் எஞ்சிய பகுதிதான் ஆச்சரியப் படத்தக்கதாக நம்முடையவைகளைப் போலவே உள்ளதாக கண்டுபிடித்துள்ளது என்பதில் சந்தேகமே இல்லை. அவைகளுக்கு வெவ்வேறு பெயர்களை நியாண்டர்தால் மனிதன், ஜாவா மனிதன், ஆஸ்திரேலிய மனிதன் என்பதாக அறிவியலாளர்கள் கொடுத்துள்ளனர். லீக்கீஸ் அந்த மனிதபாகங்கள் 4 மில்லியன் வருடங்களுக்கு முந்தியவை எனக் குறிப்பிட்டுள்ளனர். மனித நேயமுடையவர்கள் மனிதர்களின் ஆரம்பநிலைகள் மத்திய கிழக்கு பகுதியிலுள்ள ஆப்ரிக்காவில் தான் இருந்திருக்கக் கூடும் என்பதை

முழுமையாக ஏற்றுக் கொண்டுள்ளனர். (நவீனமனித இனம்) (Homosapiens) ஹோமோ சேப்பியன்கள், 30000 ஆண்டுகளுக்கு முன்பிருந்தவர்கள் எனக் கருதப்படுகின்றனர். நியாண்டர்தால் மனிதர்கள் 40 முதல் 150000 வருடங்களுக்கு முன்பு வாழ்ந்தவர்கள் எனவும், ஸ்வான்ஸ்கோம்பி (Swanscombe) கள் 200000 வருடங்களுக்கு முன் வாழ்ந்திருந்தவர்கள் எனவும், ஹோமோ எரக்டஸ் (சீனா, ஜாவா மனிதர்கள்) 300000 வருடங்களுக்கு முன்னர் வாழ்ந்திருந்தவர்கள் எனவும் ஆஸ்திரேலியாவில் 500000 வருடங்களுக்கு முன் மனிதர்கள் வாழ்ந்திருந்தனர் எனவும், ஆப்ரிக்காவில் 4 மில்லியன் ஆண்டுகளுக்கு முன் மனிதர்கள் வாழ்ந்திருந்தனர் எனவும் கூறப்படுகின்றனர். இவைகளைக் குறித்து நாம் என்ன கூறப்போகிறோம்?

முதலாவதாக மிகத் தெளிவாகவும் உறுதியாகவும் நாம் தெரிந்து கொள்ள வேண்டுவது என்னவென்றால் பாதி மனிதன் பாதி குரங்கு என்று கூறுகிறவகையில் எதுவும் கண்டுபிடிக்க படவில்லை என்பதுதான். ஆதிகால (வரலாற்றுக்கு முற்பட்ட மனிதன் எஞ்சிய உடல் பாகங்கள், கண்டுபிடிக்கப்பட்ட போதிலும் அதில் பாதிக்கு பாதி என்று (பாதிமனிதன் பாதி விலங்கு) இதுவரையில் எதுவும் கண்டுபிடிக்கப்படவில்லை.

இரண்டாவதாக நாம் கருத்திற்கொள்ள வேண்டியது என்னவென்றால், மேலே குறிப்பிட்ட மக்கள் கூட்டங்கள் அனைவரும் நேரடி நமது மூதாதையர்கள் அல்லர். இந்த உண்மை அனைத்து அறிவியலாளர்களாலும் ஏற்றுக்கொள்ளப்பட்டுள்ளது. மானுடவியல் தற்காலத்தில் இளகலாக உள்ளது.

மூன்றாவதான முக்கியமான காரியம் எஞ்சியிருந்த மனித உடல் பாகங்கள் வளர்ச்சிமுறையை பின்பற்றியதாக இருக்கவில்லை. அறிவியல்

அட்டவணைகளின் இடப்புறம் மனித குரங்கிலிருந்து படிப்படியாக வளர்ச்சியுற்று - உருமாற்றமடைந்து தற்போதுள்ள ஹோமோ சேப்பியனாக முழு மனிதவடிவத்துடன் அட்டவணையின் வலதுபுறத்தில் குறிப்பிடுகின்றன.

ஆனால் இந்த அட்டவணைகள் காண்பிக்கும் காட்சிகள் துல்லியமான உண்மை அல்ல. சில மனித உடற்பாகங்கள் மிகப்பெரிய அளவு மூளை தற்கால மனிதனில் இருப்பதைவிட பெரியதாகக் காணப்படுகிறது. பிற்காலத்தில் கிடைத்த மனித உடற்பாகங்களில் உள்ளதைவிட முற்கால மனிதன் நெட்டைநேராக நடந்ததாகக் காட்டப்பட்டுள்ளது. தற்போது பெறப்பட்டுள்ள ஒருமித்தக் கருத்து என்னவென்றால் மேற்கூறப்பட்டுள்ள ஒரு மக்கள் குழுவும் தற்காலத்தில் வாழ்ந்து கொண்டிருக்கும் நம்மோடு சம்மந்தப்படவில்லை என்பதுதான்.

இங்கே மிகச் சுருக்கமாக, இந்த முரண்பாடுகளுக்கு தீர்வாக மூன்று சாத்தியமான வழிகளை கீழ்க்கண்டவாறு குறிப்பிடலாம்.

1. வரலாற்றுக்கு முற்பட்ட ஆதிகால மனிதன் வேதாகமத்து மனிதன், (Prehistoric Man was biblical man) நாம் எதனை ஆழ்ந்து பார்க்கிறோம் என்றால் - ஆதாம் கடவுளின் சாயலாக உருவாக்கப்பட்டான் என்பதைத்தான் எனலாம். மேலும், ஆதியாகமம் முதலாம் அதிகாரம் வேட்டையாடும் பழங்கற்கால மனிதனையும், இரண்டாம் அதிகாரம் விவசாயம் செய்கின்ற புதிய கற்கால மனிதனையும் சித்தரிப்பதாகக் கொள்ளலாம்.

2. ஆதிகால மனிதன் ஒருகுறிப்பிட்ட கால நிலையில் வேதாகமத்தின் மனிதனாக மாறினான். (Prehistoric man at some point changed into Biblical man)

ஒரு காலக்கட்டத்தில் ஆதிகால மனிதன் வேதாகமத்தின் மனிதனாக - மிருகம் போலிருந்த மனிதன் அல்லது மனிதனைப் போன்ற மிருகம், கடவுளின் சாயலாக மாறிவிட்டது. ஒருவரோ, சிலரோ அல்லது அனைவருமோ கடவுள் சாயலாக மாறிவிட்டனர் என்பது அனைவரும் வெளிப்படையாக விவாதிக்க வேண்டிய விவரமாகும்.

3. ஆதிகால மனிதன் வேதாகமத்து மனிதனே அல்ல. (Prehistoric man was not biblical man). ஆதிகால மனிதன் தற்கால மனிதனைப்போன்ற உருவ ஒற்றுமை மற்றும் கருவிகளின் உபயோகம் ஆகியவற்றைக் கொண்டிருந்தாலும் அவன் ஒரு முற்றிலும் மாறுபட்ட படைப்பாக எந்த மத சம்பந்த சுவடோ ஜெபங்களோ இல்லாமல் கடவுளின் சாயலில் உருவாக்கப் படாதவனாக இருந்தான்.

இந்த நிலையில் ஒரு விளக்கத்தை மற்றொரு விளக்கத்தின் மீது திணிக்கத் தேவையில்லை. மானுடவியலே தற்போது மாற்றங்களுக்கும், வளர்ச்சிகளுக்கும் உட்பட்டதாக மாறிக்கொண்டே இருக்கும் நிலையில் உள்ளது. எதிர்காலத்தில், பல்வேறு அணுகுமுறைகள் மற்றும் பற்பல விவாதங்கள் இவைகள் குறித்து எழுப்பப்படுவதற்கு வாய்ப்புகள் உள்ளன. விவாதங்களை கவனித்து, எடுக்கப்படும் முடிவுகள் அனைத்தும் தற்காலிகமானவைகளே என நாம் உணர்ந்து கொள்வதே போதுமானதாக இருக்கும்.

பரிணாம வளர்ச்சி (Evolution)

நமது கவனத்தை பொதுப்படையாக பரிணாமத்தின்மீது திருப்புவோம். அநேகர் பரிணாம வளர்ச்சிக் கோட்பாடு சார்லஸ் டார்வின் என்ற விஞ்ஞானியுடையது எனக் கருதுகின்றனர். ஆனால் அது அவ்வாறு அல்ல. இக்கருத்தை முதன் முதலாக வெளியிட்டவர்

கிரேக்க தத்துவ ஞானியாகிய அரிஸ்ட்டாடில் (கி.மு 384 - 322) அவர்கள்தான். நவீன காலத்தில், சார்லஸ் டார்வினின் தாத்தாவாகிய எராஸ்மஸ் டார்வின் (Erasmus Darwin) என்பவரால் இக்கோட்பாடு முதலாவதாக முன்னிறுத்தப்பட்டது. சார்லஸ் நாத்திகரான தனது தாத்தாவிடமிருந்து எடுத்து உலகத்திற்கு பிரசித்தப்படுத்தினார். இக்கொள்கையின் அடிப்படையானக் கருத்துக்களை நாம் கூர்ந்து நோக்குகையில் சில குறிப்பிட்ட வார்த்தைகளை நாம் அறிந்து கொள்ள வேண்டியது அவசியமாகிறது.

மாற்றம் (Variation)

மாற்றம் என்பது ஒவ்வொரு தலைமுறையின் ஊடாகி, சிறிது சிறிதாக மெல்ல மெல்ல நடைபெறும் உருமாற்றங்கள் ஆகும். ஒவ்வொரு தலைமுறையும் சிறய அளவு மாற்றமடைந்து அடுத்த தலைமுறைக்கு அதைக் கடத்துகிறது.

அவ்வாறு உள்ள மாற்றங்களில் ஒன்று இயற்கையாக தேர்ந்தெடுக்கப்படுதல் ஆகும். (Natural selection) சுற்றுப்புற சூழலில் நிலைநிற்கும் ஒருமாற்றம் என சாதாரணமாக பொருள் கொள்ளலாம். உதாரணமாக அந்துபூச்சி (speckled moth)யை எடுத்துக் கொள்வோம். வடகிழக்கு இங்கிலாந்தில் உள்ள நிலக்கரி குவியலுக்கு எதிராக வெண்மை நிற பூச்சிகளுக்கு மேலாக கருப்பு நிற பூச்சிகள் உருமாற்றமடைய பொருத்தமான சூழல் உள்ளது. பறவைகள் கருநிற பூச்சிகளைத்தவிர வெண்மை நிறப் பூச்சிகளை உண்டுவிட மிக எளிதாக உள்ளது. நிலக்கரி கழிவுக் குவியல்கள் அந்தபகுதியில் இருந்து அகற்றப்படும் போது வெண்மை அந்துப்பூச்சிகள் மறைந்துவிடுகின்றன. இயற்கை தேர்வின் காரணமாக, இந்த பூச்சிகள் தங்களுக்கு சாதகமான சூழலை தேர்வுசெய்து வாழ்கின்றன.

இந்த தேர்வு இயற்கையானது. ஏனெனில், இவை இயற்கையில் தாமாகவே வெளியில் இருந்து எந்த உதவியும் பெறாமலே நிகழ்கின்றன.

மாற்றங்கள் மெல்ல, மெல்ல, படிப்படியாகத்தான் நிகழ்கின்றன என்ற நம்பிக்கை தற்போது மாறிவிட்டது. லாமார்க் (Lamarque) என்ற ஒரு பிரெஞ்ச்சுக் காரர், படிப்படியான மாற்றத்திற்குப் பதிலாக, திடீரென்ற மிகப் பெரிய அளவினலான உருமாற்றங்களும் இருந்துள்ளன எனக் கூறியுள்ளார். இந்நிலையில் முன்னேறிச் செல்லுதல் என்பது படிப்படியாக ஏறிச் செல்லும் படிக்கட்டுகளைப்போல் உள்ளதேயன்றி, அதிகமாக இயங்கு நிலைப்படிக்கட்டுகளாக இருக்கவில்லை.

நுண்ணியல் பரிணாம வளர்ச்சியின் கருத்து என்னவெனில் (Micro - evolution) மிகச்சிறிய அளவு மாற்றங்கள் குதிரை அல்லது நாய்கள் போன்ற குடும்பங்களில் நடைபெற்றுள்ள அறிவியல் இவ்வாறு சிறய அளவு உருமாற்றங்கள் காலங்களினூடே நடைபெற்று விடுகின்றன என்பதை மிக உறுதியாக நிரூபித்து உள்ளது.

பேரியல் பரிணாம வளர்ச்சிக் கோட்பாடு (Macro - evolution) இதற்கு நேர்மாறானதாகும். இக்கோட்பாட்டின்படி அனைத்து மிருகங்களும் அவையவற்றின் ஒரே ஆரம்பத்தையே கொண்டுள்ளன என்பதாகும். அவையனைத்தும் ஒன்றுக்கொன்று தொடர்புடையவனாக உள்ளன. அவையனைத்தும் ஆதிமுதலான அதே எளிய உயிர் வாழ்வினையே கொண்டுள்ளன. எனவே உயிரினங்கள் தங்களுக்குள்ளே ஏற்படும் சிறு சிறு மாற்றங்களினால் ஒன்றிலிருந்து மற்றொன்றாக உருவாகுவதில்லை என்று தெளிவாகக் கூறுகிறது.

இறுதியான வார்த்தையாக 'போராட்டம்' (Struggle) என்பது எடுத்துக் கொள்ளப்படுகிறது. பரிணாம வளர்ச்சிக் கோட்பாட்டின்படி, உயிரிகள் தங்களுக்குள்ளே நிலைநிற்பதற்கான போராட்டத்தை மேற்கொள்ள வேண்டியுள்ளது (Struggle for existence) என்பதாகும்.

நான் பரிணாம வளர்ச்சி கோட்பாட்டை ஆதரிக்கவோ, எதிர்க்கவோ போவதில்லை. நான் குறிப்பிட்டுக் கூறவிரும்புவது என்னவென்றால் இக்கோட்பாடு, இன்னமும் கோட்பாடாகவே தான் இருந்து வந்துள்ளது என்பதாகும். நமக்குக் கிடைத்துள்ள புதைபடிவங்கள் (fossils) வெவ்வேறு வகை உயிரினங்கள் ஒன்றிலிருந்து உருமாற்றம் பெற்றுள்ளன என்பதற்கான ஆதாரங்கள் இன்னமும் நிரூபிக்கப்பட வில்லை.

1. புதைபொருள் படிவங்களின் ஆதாரங்கள் பரிணாம வளர்ச்சிக் கோட்பாட்டில் வகைப்படுத்தப்பட்டு, கூறுபடுத்தப்பட்டுள்ளதைப் போலவே காம்ப்ரியன் (Cambrian period) காலக்கட்டத்திலும் உள்ளன. வெவ்வேறு காலக்கட்டங்களில் மாறுபட்ட தோற்றங்களைக் கொள்ளாமல் ஒரே வகையினதாகவே காலங்கள் அதே நிலையில் இருந்து வந்துள்ளன.

2. சிக்கலானவை மற்றும் சாதாரணமானவையான உயிர்களின் வடிவங்களின் ஒன்றாகவே இருந்து வந்துள்ளன. எவ்விதத்திலும் சாதாரண நிலையிலிருந்து சிக்கலான வடிவமைப்புக்கு மாறிவந்ததாக தொடர்புகள் ஏதும் இருப்பதாக தோன்றவில்லை.

3. மிக, மிக குறைந்த புதைப்படிவங்களே (fossils) இணைப்புகளை - (bridge) ஒரு இனத்தினரும் மற்றொரு இனத்திற்கும் இடைப்பட்டதாக தோன்றுகின்றன.

4. எல்லா உயிரமைப்பும், வடிவங்களும் சிக்கலானவை. அவைகள் எப்போதும் DNA வைக் கொண்டுள்ளன.

5. பரிணாம வளர்ச்சிக்குக் காரணமாகி எண்ணப்படும் ஒரு இனத்திலிருந்து மற்றொரு இனத்திற்கு ஏற்படும் திடீர் மாற்றங்கள் (mutation) அங்கயீனங்களையும், உயிரிழப்புகளையும் ஏற்படுத்துகின்றன.

6. இனக்கலப்பு (inbreeding) பொதுவாக மலட்டுத் தன்மையை (sterility) ஏற்படுத்திவிடும்.

7. எல்லாவற்றிற்கும் மேலாக, புள்ளிவிவர சாத்தியக் கூறுகளை ஆராய்ந்து பார்க்கையில், எல்லா மறுப்புகளையும் ஒதுக்கிவிட்டாலும், அவைகளுக்கும் அப்பாற்பட்ட, நிலையில் பல்வேறு இனங்கள் பரிணாம வளர்ச்சியுற்று வருவதற்கான காலஅவகாசம் எதுவும் இருக்கவில்லை.

உண்மையில் பரிணாம வளர்ச்சிக்கோட்பாடு சாதாரணமாக கல்வி பயில்வோரின் ஆர்வமாக மட்டும் இருக்கவில்லை, நம்முடைய ஆரம்பம் பற்றியதான நமது புரிதல், முழுமையான மனித இனம் பற்றிய நமது கண்ணோட்டத்தின் மீதும் தாக்கத்தை அளிப்பதாக உள்ளது. பரிணாம வளர்ச்சித் தத்துவத்தை ஏற்றுக்கொண்டுள்ள தலைவர்கள் போதுமான தாக்கத்தை அடைந்துள்ளனர்.

பரிணாம வளர்ச்சிக் கோட்பாட்டின் அடிப்படைத் தத்துவம், உயிரிகளின் தன்நிலை தக்கவைத்துக் கொள்வதற்கான இடைவிடாத போராட்டம் (Struggle for existence and survival of the fittest) என்பதுவேயாகும். நமது நாகரீகச் சமுதாயத்தை வடிவமைத்துள்ள தத்துவங்களில் இது காணப்படுகிறது. இதன் காரணமாக சொல்ல முடியாத வேதனைகளும் மனித வாழ்வில் அரங்கேறியுள்ளன. அமெரிக்காவின்

ஜான் D. ராக்ஃபெல்லர் போன்ற முதலாளிகள், "வணிகம், தகுதியும் திறமையும் உள்ளோரின் நிலை நிற்றல்" (business is the survival of the fittest) என்பதாக குறிப்பிட்டுள்ளனர். இது போன்ற கருத்து 'பாசிச' (Fascism)க் கொள்கையிலும் காணப்படுகிறது. அடால்ஃப் ஹிட்லர், தனது நூலாகிய 'எனது போராட்டம்' (Meinkamp - my struggle) என்ற நூலில் இதே கருத்தைத்தான் வலியுறுத்தியுள்ளார். அவருடைய கண்ணோட்டத்தின்படி, நிலை நிற்க (fittest) தகுதிவாய்ந்தவர்கள் ஜெர்மனியின் ஆரிய இனத்தவர்கள். இதே கருத்து கம்யூனிசக் கொள்கையிலும் உள்ளது. கார்ல் மார்க்ஸ் (Karl marx) ஏழை பணக்காரவர்கத்தினரிடையே (bourgeoisie and proletariat) இடையுறா போராட்டம் புரட்சிக்கு வழிவகுக்கிறது என எழுதியுள்ளார். போராட்டம் (Struggle) என்ற வார்த்தையும் கூட குடியேற்றங்களின் காலத்தின் (nialism) ஊடே எழுதப்பட்டிருக்கலாம். அக்காலக் கட்டத்தில் மக்களும் கூட முன்னேற்றம் என்னும் பெயரால் கருத்தில் கொள்ளப்படவில்லை துடைத்தெறியப்பட்டனர்.

சுருங்க கூறிக் தகுதியடைத்தவையே நிலைநிற்கும் என்ற கோட்பாடு (struggle for existence and the survival of the fittest) பயன்பாட்டிற்கு கொண்டு வரப் படுகையில் வேறெந்த கருத்தையும் விட நவீன காலத்தில் அதிக கேட்டினை விளைவித்துள்ளது. எனினும் நாமே தேர்ந்துகொள்ளும் வண்ணம், இரு பெரும் வாய்ப்புகளை நம்முன் வைத்துள்ளது.

மனதளவு வாய்ப்பு:

இது மனநிலை வாய்ப்பினை நாம் எதிர் கொள்ளும் வண்ணம் வருகிறது. படைப்பில் நாம் நம்பிக்கைக் கொள்வோமானால் பிதாவாகிய கடவுளை நம்புகிறவர்களாக இருக்கிறோம். பரிணாமவளர்ச்சியில்

நம்பிக்கைக் கொள்வோமானால் (இல்லாத தாயாகிய) இயற்கைத் தாயை நம்ப வேண்டியிருக்கும்.

படைப்பில் நம்பிக்கைக் கொண்டால் இந்த பிரபஞ்சம் தனிமனித தேர்வாக நீங்கள் நம்புகிறீர்கள் என ஆகிவிடும். பரிணாம வளர்ச்சியில் நம்பிக்கை கொள்வீர்களானால், இது தானாகவே, எந்த தனிமனித தேர்வுக்கான வாய்ப்புமின்றி உண்டானது என விவாதிப்பீர்கள். படைப்பில் ஒரு திட்டமிடப்பட்ட நோக்கம் உள்ளது. ஆனால் பரிணாமத்தில் ஏதோ தாமாகவே உண்டாயின என்பது போன்ற தோற்றம் ஏற்படும். படைப்பில் பிரபஞ்சம் என்பது இயற்கைக்கு மேலான (supernatural) உருவாக்கம், பரிணாம வளர்ச்சியிலோ பிரபஞ்சம் என்பது இயற்கையான உருவாக்கம், படைப்பின் கீழ் முழு பிரபஞ்சமும் வெளிப்படையான சூழ்நிலை, கடவுளுக்கும் மனிதனுக்கும் வெளிப்படையான தனிப்பட்ட தலையீடுகள் செய்ய வாய்ப்புகள் உள்ளன. பரிணாம வளர்ச்சியில் இயற்கையைத் தானாகவே இயங்குகின்ற ஒரு மறை பொருளாகவே நாம் பெற்றுள்ளோம். படைப்பில், 'எங்கும் நிறைந்த அளிப்பாக, உலகின் படைப்புகள் அனைத்தையும் காத்து பராமரிக்கும் தலைவனாக கடவுளைக் காண்கிறோம். ஆனால் பரிணாம வளர்ச்சியில் தாமாகவே நேர்ந்த பொருத்தமான நிகழ்வுகளையே கொண்டுள்ளோம். நன்மை ஏதாவது நடைபெறுமானால் அது ஒரு வாய்ப்பாக (chance) அமைந்ததுதான். படைப்பில் உண்மையின் மீது அமைந்துள்ள விசுவாசத்தைக் கொண்டுள்ளோம். ஆனால் பரிணாமவளர்ச்சியில் ஆடம்பர அலங்காரங்களின் மீது அமைந்த விசுவாசத்தையே கொண்டுள்ளோம். (ஏனெனில் அது ஒரு கோட்பாடாக மட்டுமே உள்ளது). நாம் படைப்பை ஏற்றுக் கொள்வோமானால் கடவுள் பூரண சுதந்திரராக எதையும் படைக்க, மனிதனைத் தன் சுய சாயலாக, தமது கற்பனையின்படியே படைத்திருக்க

கூடும் என்பதை ஏற்றுக்கொள்வோம். நாம் பரிணாம வளர்ச்சிக் கோட்பாட்டை ஏற்றுக் கொள்வோமானால், மனிதன் பூரண சுதந்திரமுடையவனாக கடவுளை தனது கற்பனைகளின் படியும் விருப்பத்தின் படியும் உருவமைத்துக் கொள்ள முடியும் என்பதை ஏற்றுக்கொள்வோம். படைப்பு, பரிணாம வளர்ச்சிக் கோட்பாடு இவைகளில் ஏதேனும் ஒன்றை நாம் தெரிவு செய்வது, ஏற்றுக்கொள்வது கிளர்ச்சியான பல விளைவுகளை (ramification) ஏற்படுத்தும்.

ஒழுக்கத்தின் படியான தெரிவு: (Moral choice)

படைப்பு அல்லது பரிணாமவளர்ச்சிக் கோட்பாட்டிற்கு பின்னணியில் ஒழுக்க நிலை தெரிவும் அமைந்துள்ளது. ஏன் மக்கள் பரிணாமவளர்ச்சிக் கோட்பாட்டை அவ்வளவு தீவிரமாக பற்றிக் கொண்டிருப்பதற்கு காரணம் என்ன? இதற்கான பதில் என்னவென்றால் ஒரே உண்மையான மாற்று கடவுள் என்று யாரும் நம்மீது இருக்கவில்லை என்று நம்பச் செய்வது தான். படைப்பின் கடவுள் கர்த்தராகவும், பரிணாமவளர்ச்சிக் கோட்பாட்டில் மனிதன் கர்த்தராகக் கருதப்படுகிறான். படைப்பில் நாம் தெய்வீக ஆளுமைக்கு கீழ்ப்பட்டிருக்கிறோம். ஆனால் கடவுள் இல்லையென்றால் நாம் தனித்தியங்கும் மனிதர்களாக நமக்கு நாமே யாவற்றையும் தீர்மானித்துக் கொள்ள முடியும். நாம் கடவுளைப் படைப்பாளியாக ஏற்றுக் கொண்டால் நன்மை தீமை என்ற முழுமையான நிலைமையை ஏற்றுக் கொள்கிறோம். கடவுள் இல்லையென்ற பரிணாமவளர்ச்சிக் கோட்பாட்டில் நாம் சார்பு சூழ்நிலைகளைத்தான் பெறவேண்டியதிருக்கும். கடவுளின் உலகத்தில் நாமே கடமைகள் மற்றும் பொறுப்புகளைப் பற்றி பேசுகிறோம். (Duty and responsibility) பரிணாமவளர்ச்சியில் நாம் தேவைகள் மற்றும் உரிமைகளைக் (demands and rights) குறித்து பேசுகிறோம். கடவுளின் கீழ் நமக்கு இடையறாது சார்ந்து வாழும்

நிலை கிடைத்து உள்ளது. நாம் குழந்தைகளைப்போல நமது பரலோக பிதாவிடம் பேசுகிறோம். பரிணாம வளர்ச்சிக் கோட்பாட்டில் யார்மீதும் சார்ந்திராது சுதந்திரமாக இருப்பதில் பெருமை கொள்கிறோம். வருங்காலம் குறித்து பேசுகிறோம். கடவுளுடைய தேவை இனி வேண்டப்படாது என்ற நிலை குறித்து பேசுகிறோம். வேதாகமத்தின் படி மனிதன் ஒரு விழுந்து போன படைப்பு. பரிணாம வளர்ச்சியின்படி மனிதன் எழுச்சி கொண்டு முன்னேறுகிறவனாக எல்லா காலங்களிலும் இருக்க முடியும். வேதாகமத்தில் பலவீனர்களுக்கு இரட்சிப்பு உண்டு. பரிணாம வளர்ச்சி தத்துவத்திலோ பலவான்களின் வாழ்வுதான் உறுதிப் படுத்தப்பட்டுள்ளது. (The survival of the strong)

ஜெர்மனியின் ஹிட்லரின் எண்ணங்களுக்குப் பின்புலமாக நீட்சே (Nietzsche) என்னும் தத்துவஞானியின் தத்துவம் அமைந்துள்ளது. அந்த நீட்சேயின் கூற்றுப்படி, அவர் கிறிஸ்தவமதத்தை வெறுக்க காரணம் அது ஏழைகளின் நல்வாழ்வை ஊக்கப்படுத்தி நோயுற்றோரையும் சாகும் தருவாயில் உள்ளவர்களையும் பாதுகாக்கிறது. வேதாகமம், நீ நேர்மையானவைகளை செய்யும் போதுதான் வலிமை மிக்கவனாக இருப்பாய் என்கின்றது. ஆனால் பரிணாம வளர்ச்சி தத்துவம் பலவானே அவனது செயலே சரியானது (might is right) வல்லவனே நல்லவன் என்கின்றது. ஒருதத்துவம் சமாதானத்திற்கான வழிகளை வகுப்பதாக உள்ளது. மற்றொன்று போருக்கு வழிகாட்டுகிறது. பரிணாம வளர்ச்சி கோட்பாடு ஒருவனை முழுமையாத் தன்னை காரியத்தில் ஈடுபடுத்தி முதன்மையானவர்களைப் பார்த்து முன்னேறச் செல்ல நம்மைப் பணிக்கிறது. ஆனால் வேதாகமம் விசுவாசம், நம்பிக்கை, அன்பு ஆகிய மூன்றும்தான் வாழ்க்கையின் முக்கிய அம்சங்களாக இருக்கவேண்டும் என வலியுறுத்துவதாக உள்ளது. இறுதிபலனாக, வேதாகமம் நம்மைப் பரலோகத்திற்கு

நேராய் வழி நடத்துகிறது. பரிணாம வளர்ச்சிக் கோட்பாடோ ஒன்றுமில்லா நிலையை வாக்களித்து அழிவு, உதவிகரமற்ற நிலை மற்றும் அவரவரின் அதிர்ஷ்டம் என நரகத்திற்கு நேராய் வழிநடத்துகிறது.

வீழ்ச்சி - The fall

கடவுள் இந்த உலகத்தைப் படைத்து முடித்தபோது இது மிக நல்லது எனக்கண்டார். நம்மில் சிலரும் கூட இன்னும், உலகம் தற்போதும் மிக நன்றாக உள்ளது என சொல்லக்கூடும். ஏதோ எங்கேயோ கோளாறு ஏற்பட்டுவிட்டது. ஆதியாகமம் 3 ஆம் அதிகாரம் நிகழ்ந்துவிட்ட பிரச்சினை என்னவென்றும் அது எப்படி உண்டாகும் என்றும் நமக்குத் தெளிவாக விளக்குகிறது. நாம் உயிர் வாழ்ந்து கொண்டிருக்கும் படியான தற்போதைய காலக்கட்டத்தில் மூன்று மறுக்கமுடியாத உண்மைகள் உள்ளன.

1. பிறப்பு அதிக வேதனையானது.

2. வாழ்க்கை மிகக் கடினமானது.

3. மரணம் தவிர்க்க முடியாத நிச்சயமானது.

ஏனிப்படி? ஏன் பிறப்பு வேதனையானதாக இருக்க வேண்டும்? ஏன் வாழ்க்கை கடினமானதாக உள்ளது? ஏன் மரணம் நிச்சயமானதாக உள்ளது? தத்துவங்கள் நமக்கு பல்வேறு பதில்களை அளிக்கின்றன. சில தத்துவ ஞானிகள், தீமையான கடவுள் ஒருவரும், நன்மையான கடவுள் ஒருவரும் இருக்க வேண்டும் எனக் கூறுகிறார்கள் - அவர்கள் அடிக்கடி முன்வைக்கும் செய்தி என்னவென்றால், நன்மையான கடவுள் ஒரு கெட்டதான வேலையை செய்துவிட்டு அந்த தீமையின் ஆதியிடம் - ஆரம்பம் எதுவாக இருக்கக்கூடும் என அவைகளுக்கான சில விளக்கங்களின் மூலமாக ஆராய்ந்தறிய முயற்சிக்கிறார் என்கின்றனர்.

ஆதியாகமம் 3-ஆம் அதிகாரம் நமக்கு 4 மிக முக்கியமான உள்நோக்கங்களை இந்தப் பிரச்சினைக்குத் தீர்வாகத் தந்துள்ளது.

1. பொல்லாப்பு(தீங்கு) எப்போதும் இவ்வுலகில் இருக்கவில்லை.

2. மனிதர்களிடமிருந்து தீவினை உருவாகவில்லை.

3. தீமை என்பது சரீரப் பிரகாரமானதல்ல. அது ஒழுக்க சம்பந்தமானது. சில தத்துவ ஞானிகளின் கூற்றுப்படி பிரபஞ்சத்தின் சடப்பொருட்கள்தான் தீங்கினுடைய பிறப்பிடமாக உள்ளன. அல்லது தனிப்பட்ட முறையில் கூறுவதானால் உங்களுடைய சரீரமே சோதனையினுடைய பிறப்பிடமாக உள்ளது.

தீமை தானே, தானாகவே காணக்கிடைப்பதல்ல.

தீமை ஒரு பெயர்ச்சொல் அல்ல. அது ஒரு அடைமொழி. தீமை என்பது அப்படியே உலகில் இருப்பதில்லை. நபர்கள்தான் - மனிதர்கள்தான் தீயவர்களாக இருக்கவோ மாறவோ முடியும்.

எனவே ஆதியாகமம் மூன்றாம் அதிகாரம் நமக்கு கற்பிப்பது என்ன? இது ஒரு உண்மையான வரலாற்றின் ஒரு உண்மை நிகழ்வு என்பதை நினைவிற்கொள்வது தகுதியாக இருக்கும். அதற்கான நேரமும் இடமும் நமக்கு அளிக்கப்பட்டுள்ளது. மனிதவரலாற்றின் ஆரம்பக் கட்டத்திலேயே ஒரு மிகப்பெரிய ஒழுக்க பேரழிவு அரங்கேறியுள்ளது.

பேசுகின்ற ஊரும் பிராணி (reptile) யினால் பிரச்சினை ஆரம்பமாகியது. (அந்த ஊரும் பிராணி அநேகமாக, பாம்பை விட, பெரிய பல்லி போன்ற ஜந்துவாக இருக்க வேண்டும். ஏனெனில் அதற்கு கால்கள் இருந்துள்ளன. பின்னர்தான் கடவுள் கால்களின்றி மார்பினால் ஊர்ந்து செல்லும் பிராணியாக பாம்பை படைத்துள்ளார்.)

ஏவாளிடம் பாம்பு பேசியது என்ற அசாதாரணமான கதையை நாம் எவ்வாறு புரிந்துக் கொள்வது? மூன்று சாதகமான பதில்கள் இக்கேள்விக்கு உள்ளன.

1. சர்ப்பம் உண்மையிலேயே மாறுவேடம் ஏற்ற சாத்தானே. அவன் தேவதூதன் போலவும், எந்த மிருகத்தைப் போலவும் உருவெடுக்கக் கூடியவன்.

2. கடவுள் ஒரு மிருகத்தை பேசக்கூடியதாக செய்துள்ளார். பீலேயாமுடன் கழுதை பேசியது போல இதை செய்திருப்பார்.

3. பேசிய மிருகம் தீய ஆவியை கொண்டிருந்தது.

ஒருமனிதனைப் பிடித்து அலைக்கடித்துக் கொண்டிருந்த அசுத்த ஆவிகளை கதரேனே மலை உச்சியிலிருந்த 2000 பன்றிகளுக்குள்ளே இயேசு துரத்திவிட்டது போல - சாத்தானுக்கு ஒரு மிருகத்தின் வடிவை ஏற்றிருத்தல் மிகவும் சாதகமாக இருந்திருக்கிறது. இது ஆதாம் ஏவாளை புத்தியற்றவர்களாக்குவதற்கான முயற்சி, ஏனெனில் சாத்தான் தன்னைத்தானே அவர்களுக்கு கீழாக தன்னை வைத்திருந்தான். உண்மையில் சாத்தான் கீழேவிழுந்த ஒரு தேவதூதன்தான். நம்மைப் போலவும், மனிதர்களாகிய நம்மைவிட அதிக வலிமையும், ஞானமும் உடையவனாக இருக்கிறான்.

சாத்தான் ஏவாளைத் தேடிச்சென்றான் என்பது முக்கியத்துவம் வாய்ந்தது. பொதுப்படையாக பார்ப்போமானால், குறிப்பிடத்தக்கவிதமாக, நம்பிக்கைக்கு உரியவர்களாக இல்லாத ஆண்களைவிட பெண்கள் அதிகமாக நம்பிக்கைக்கு உரியவர்களாய் இருக்கின்றனர். இதை மூலதனமாகக் கொண்டு கடவுளின் ஆனையை மீறும்படியாக, ஏவாள்தான் குடும்பத்தின் தலைவியாக இருப்பது போல நடந்து கொள்கிறாள். ஆதாம் ஏவாளோடு இருக்கையில்

சாத்தான் எதுவும் பேசாதிருந்தான். ஆதாம் அவளை பாதுகாப்பாக வைக்ககூடும், சாத்தானை எதிர்த்து வாதிடக்கூடும் என்றெல்லாம் தெளிவாக சாத்தான் அறிந்திருந்தான். எல்லாவற்றிற்கும் மேலாக கடவுளின் தடை உத்தரவுகளை ஆதாம் மாத்திரமே கேட்டிருந்தான். ஏவாளுக்கு அது குறித்து ஏதும் தெரியாது.

அனைத்தும் சொல்லப்பட்டப்பின்னர், கடவுளின் வார்த்தை தவறுதலாக வழிகளில் மேற்கோள் காட்டப்படுகின்றன. ஒன்று கடவுளுடைய வார்த்தையோடு ஒன்றைக் கூட்டிச் சொல்வது, மற்றொன்று அதிலிருந்து ஒன்றை எடுத்துவிடுவது. மூன்றாவதாக உள்ளது என்னவெனில் கடவுளின் வார்த்தையை அப்படியே மாற்றி உள்ளதற்கு மாற்றாக கூறுவது. நீங்கள் வேதத்தைக் கூர்ந்து படிப்பீர்களானால், சாத்தான் இந்த மூன்றையுமே செய்வதைக் காணலாம். சாத்தானுக்கு வேதாகமம் நன்கு தெரியும். ஆனால் அவன் அதை தவறாக மேற்கோள் காட்டவும் திரித்துக் கூறவும் அறிந்திருந்தான். கடவுள் கூறிய விவரத்தை ஆதாம் நன்கு அறிந்திருந்த போதிலும், தான் எடுத்துச் சொல்லவேண்டிய நேரத்தில் வாய்பேசாது மௌனமாக இருந்து விட்டான். புதிய ஏற்பாட்டில், ஆதாம் பாவத்தை உலகத்திற்குள் வரவிட்டதற்காக அதிகமாக, தெளிவாக குற்றம் சாட்டப்பட்டுள்ளான்.

ஏவாளை அணுகும் காரியத்தில் சாத்தானின் நுணுக்கத்தை அணுகுமுறையை கவனிப்பது உபயோகமாக இருக்கும். முதலாவதாக சிந்தனையில் ஒரு சந்தேகத்தை ஊக்குவிக்கிறான். இரண்டாவதாக மனதில் ஆசையையும் கிளர்ந்தெழச் செய்கிறான். மூன்றாவதாக சித்தத்தில் கீழ்ப்படியாமையைக் கொண்டு வருகிறான். மனிதர்களே எப்போதும் எல்லாக் காரியங்களிலும் இந்த அணுகுமுறையையே சாத்தான் கையாளுகிறான். தவறான சிந்தனைகளை

முதலாவது ஊக்கப்படுத்த கடவுளுடைய வார்த்தைக்கு பொதுவாக தப்பான அர்த்தத்தைக் கொடுக்கிறான். அடுத்தபடியாக நாம் தீமையைப் பற்றிக் கொள்ளும்படியாக நயங்காட்டுகிறான். அதன்பிறகு சூழ்நிலைகள் நாம் கடவுளின் வார்த்தைக்கு கீழ்ப்படியாமல் போகும்படியாக மிகச்சரியாக நமது சித்தம் தயாராகிறது.

பாவத்தின் விளைவு என்ன? ஆதாமைக் கடவுள் கேட்டபோது, ஏவாளையும் அவளை அவனுக்குத் தந்த தேவனையுமே குற்றஞ் சாட்ட வகைத்தேடுகிறான். 'நீர் கொடுத்த அந்தப் பெண் 'அல்லது' என்னோடு இங்கு வைத்துள்ளீரே அந்தப் பெண்' எனக் குறிப்பிட்டு பேசுகிறான். தனக்களிக்கப்பட்ட பொறுப்பான தனது மனைவியை பாதுகாத்தல் என்ற பொறுப்பை அவன் நிறைவேற்றவே தவறியிருக்கின்றான்.

கடவுள் தனது நியாயந்தீர்த்தல் மூலம் பதில் கூறுகிறார். கடவுளின் குணாதிசயத்தின் பக்கம் முதல்முறையாக இதன்மூலம் வெளிப்படுகிறது. கடவுள் பாவத்தை வெறுக்கிறவர் அதை சரியாக தண்டித்து உணர்த்த வேண்டியவராக இருக்கிறார். அவர் நல்லவராக இருப்பதினால் மக்களை தீமையோடே வெளியேற்றுவதில்லை. இதுதான் ஆதியாகமம் 3-ஆம் அதிகாரம் கூறும் செய்தியாகும். தண்டனை கவித்துவமாக வெளிப்படுகிறது. கடவுள் வார்த்தைகளாக உரைநடை வடிவில் பேசும்போது தமது எண்ணங்களை தமது சிந்தனையிலிருந்து உங்கள் சிந்தனைக்கு தொடர்பு கொடுக்கிறார். அவர் கவித்துவமாக பேசுகையில் தமது உணர்வுகளை தமது இதயத்திலிருந்து உங்கள் இதயத்திற்கு தொடர்பு படுத்துகிறார்.

ஆதியாகமம் 3-ஆம் அதிகாரத்தில் உள்ள கவிதைகள் கடவுளின் உணர்ச்சிகளை இறைவியற் கூற்றுப்படி கடவுளின் கோபத்தை வெளிப்படுத்துகிறது.

ஏதேன் தோட்டம் சீரழிக்கப்பட்டுவிட்டது என கடவுள் மிக ஆழமாக உணருகிறார் - இது எதற்கு நேராய் வழிநடத்திச் செல்லக்கூடும் என்பதை அவர் அறிந்திருக்கிறார். பின்வரும் ஆதியாகமம் 1-3 வரையிலான விவரங்கள் இக்கதையின் மீது புதிய வெளிச்சம் பாய்ச்சுகின்றன.

வெகுகாலத்திற்கு முன்னர், ஒன்றும் உருவேற்படாத நிலையில் எப்போதுமே இருக்கின்ற கடவுள் இந்த முழு பிரபஞ்சத்தையும் உருவாக்கினார். ஆகாய மண்டலத்தையும் இந்த பூவுலகையும் சிருஷ்டித்தார்.

ஆதியில் இந்த பூமி ஒரு திரவங்களின் திரட்சியாக, யாரும் குடியேறி வாழ முடியாத, குடியேறாத பகுதியாகவே இருந்தது. தண்ணீருக்குள் சூழப்பட்டதாகவும் இருளினால் மூடப்பட்டதாகவும் இருந்தது. ஆனால் கடவுளின் ஆவியானவர் அந்த தண்ணீர் வெள்ளங்களின் மேலே அசைவாடிக் கொண்டிருந்தார்.

பின்னர் கடவுள் கட்டளையிட்டு ஒளிவருவதாக என்றார். ஒளிவந்தது. அது கடவுளுக்கு சரியெனப்பட்டது. எனினும் அவர் வெளிச்சத்தையும் இருளையும் மாறிமாறி விடும்படியாக தீர்மானித்து அவைகளுக்கு முறையே 'பகல்' என்றும் 'இரவு' என்றும் பெயரிட்டார். இயற்கையான இரவும், புதிய வெளிச்சமும் இரவும், பகலும் என ஆயின, அது கடவுள் உண்டாக்கின முதல்நாள் எனப்பட்டது.

பின்பு கடவுள் மறுபடியும் பேசி, தண்ணீர்த் திரளை இரு கொள்களங்களாகப் பிரித்து நடுவே ஆகாய விரிவை உண்டாக்கினார். கீழே இருக்கிற ஜலத்திற்கும், ஆகாயவிரிவுக்கு மேலே இருக்கிற ஜலத்திற்கும் பிரிவுண்டாக்கினார். தேவன் ஆகாய விரிவுக்கு வானம் என்று பேரிட்டார். இது அவரது இரண்டாம் நாள் வேலையாக முடிவுற்றது.

அடுத்ததாக, தேவன் வானத்தின் கீழே இருக்கிற ஜலம் ஓரிடத்தில் குவிந்து வெட்டாந்தரைக் காணப்படுவதாக என்றார். அது அப்படியே ஆயிற்று. தேவன் வெட்டாந்தரையைப் பூமி என்றும், சேர்ந்த ஜலத்திற்கு சமுத்திரம் எனவும் பேரிட்டார். அது நல்லது என்று கண்டார். அப்பொழுது தேவன் பூமியானது புல்லையும், விதையைப் பிறப்பிக்கும் பூண்டுகளையும், பூமியின் மேல் தங்களில் தங்கள் விதை கனிகளைத் தங்கள் தங்கள் ஜாதியின்படியே கொடுக்கும் கனி விருட்சங்களையும் முளைப்பிக்கக் கடவது என்றார். அது அப்படியேயாயிற்று. பூமியானது புல்லையும், தங்கள் தங்கள் ஜாதியின் படியே விதையைப் பிறப்பிக்கும் பூண்டுகளையும், தங்களில் தங்கள் விதையையுடைய கனிகளையும் கொடுக்கும் விருட்சங்களையும் முளைப்பித்தது; அனைத்தும் தேவதிட்டத்தின்படியே ஆயிற்று. மூன்றாம் நாள் முடிவு பெற்றது.

பின்பு தேவன் ஒளி உண்டாக்கும் பல்வேறு சுடர்கள் உண்டாவதாக, அவைகள் அடையாளங்களுக்காகவும், காலங்களையும், நாட்களையும், வருஷங்களையும் குறிக்கிறதற்காகவும் இருக்கக் கடவது என்றார். அது அப்படியேயாயிற்று. எனினும் அவைகளின் மிகப் பெரும் படைப்பின் நோக்கம் ஒளி கொடுப்பதற்காகவே இருந்தது. பகலை ஆள பெருஞ்சுடராகிய சூரியனையும், இரவை ஆள சிறிய சுடராகிய சந்திரனையும், அதனைச் சூழ்ந்துள்ள ஒளிவீசும் நட்சத்திரங்களையும் படைத்தார். தேவன் அது நல்லது என்று கண்டார். சாயங்காலமும் விடியற்காலமுமாய் நான்காம் நாள் முடிவுற்றது.

பின்பு தேவன் கடலும் வானமும் நீந்துகின்ற ஜீவராசிகளையும், பறவைகளையும் திரளாய் ஜெனிக்கக்கடவது என்றார். மகா மச்சங்களையும், ஜலத்தில் தங்கள் தங்கள் ஜாதியின் படியே திரளாய்

ஜெனிக்கப்பட்ட சகலவித நீர் வாழ் ஜந்துக்களையும், சிறகுள்ள ஜாதியான சகலவித பட்சிகளையும் சிருஷ்டித்தார். அது நல்லது என்று கண்டார். அவைகளைப் பலுகிப் பெருக கட்டளையிட்டார். எனவே கடலும் வானமும் உயிர் ஜந்துகளால் நிரம்பின. இவ்வாறாக ஐந்தாம் நாள் முடிவுற்றது.

பின்னர் தேவன் பூமியானது ஜாதியான ஜீவ ஜந்துக்களாகிய நாய் மிருகங்களையும், ஊரும் பிராணிகளையும் காட்டு மிருகங்களையும் பிறப்பிக்கக் கடவது என்று கட்டளையிட்டார். அது அப்படியேயாயிற்று. அது நல்லது என்று கண்டார்.

இந்த நிலையிலே, கடவுள் ஒரு குறிப்பிடத்தக்க தீர்மானம் செய்தார். நாம் படைக்கப்பட்டுள்ள அனைத்திலும் வேறுபட்டதான நம்மைப் போன்ற ஒன்றைப் படைப்போம். அவர்கள் அனைத்து படைப்புகளின் மேலும் அதிகாரம் பெறட்டும் - கடலின் மச்சங்களையும் ஆகாயத்துப் பறவைகளையும், பூமியின் மிருகங்களையும் ஆண்டுகொள்ளுவார்கள் என்று தீர்மானம் செய்தார்.

தேவன் தமது சாயலாக மனிதகுலத்தைப் படைத்தார். தம்முடைய இருதய உணர்வுகள், அறிவின் சிந்தனைகளை பிரதிபலிக்கவும், ஒருவருக்கொருவர் (ஆண், பெண்) இணைந்து செயலாற்றவுமாகப் படைத்தார்.

அவர்களது (மனுக்குலத்தின்) தனித்துவ நிலையினை ஊக்கமூட்டும் வார்த்தைகளால் உறுதிபடுத்தினார். பலுகிப்பெருகுங்கள், ஏனெனில் நீங்கள் பூவுலகை முழுவதும் சுதந்தரிக்கப் போகிறீர்கள். சமுத்திர மச்சங்களையும், ஆகாயத்துப் பறவைகளையும், பூமியின் மிருகங்களையும் ஆண்டு கொள்வீர்களாக என்றார். நான் உங்களுக்கு விதைகளைத் தருகின்ற

தாவரங்களையும், பழமரங்களையும் உங்களுடைய ஆகாரத்திற்காக தருகிறேன். பறவைகளும், மிருகங்களும், தாவரங்கள் புல் பூண்டுகளை உண்ணட்டும் என்றார். அது அப்படியே ஆயிற்று. தமது கையின் கிரியைகளைப்பார்த்து திருப்தியடைந்தார். அனைத்தும் மிக நேர்த்தியாக இருந்தது. ஆறாம் நாள் முடிவுற்றது. ஆகாய அண்ட வெளியும், நமது பூமி கிரகமும் தற்போது பூரணமாய் படைக்கப்பட்டுவிட்டன. மேலும் எதுவும் கூட்டிச் செய்யப்பட தேவையில்லாத நிலையில் கடவுள் அடுத்த நாளில் ஓய்வெடுத்துக் கொண்டார். ஆகவேதான் ஒவ்வொரு ஏழாம் நாளையும் மற்ற நாட்களிலிருந்து பிரத்தியேகப் படுத்தி தமக்கு மட்டுமே உரிய நாளாக வைத்தார். ஏனெனில் அந்த நாளில் படைத்தல் என்ற அவரது தினசரி அலுவல்களில் அவர் ஈடுபட தேவை இருக்கவில்லை.

இப்படியாகத்தான் நமது பிரபஞ்சம் பிறந்து அதிலுள்ள யாவும் எவ்வாறு இருக்கிறதோ அவ்வண்ணமே தோன்றின. எப்போதும் (always) என்ற திருநாமம் உடையவரான கடவுள் வெட்டவெளியையும், நமது பூமிக் கிரகத்தையும் படைத்தபோது பூமியின் மேல் தரையில் எந்த வித தாவரங்களும் இருக்கவில்லை. அப்படி இருந்திருக்க வேண்டுமானால் நீர்ப்பாசனத்திற்கு மழையும், நிலங்களை பண்படுத்தி பயிர் செய்ய மனிதன் யாரும் இல்லாதிருந்தது. ஆனால் நிலத்தடி ஊற்றுகள் பூமியின் மேல் மட்டத்து மண்ணை ஈரப்படுத்தியிருந்தன. எப்போதும் உள்ளவரான கடவுள் களிமண் திசுக்களைத்திரட்டி மனித சரீரத்தை உருவாக்கி அதற்கு தமது ஜீவ சுவாசத்தை அதன் வாயிலே ஊதி உயிர் கொடுத்து அவனை ஜீவ ஜந்துக்களோடே வைத்தார். அவர் ஏற்கனவே அங்கே ஒரு தோட்டத்தை அமைத்து மகிழ்ச்சி என்ற பொருள் கொடுக்கும் ஏதேன் Eden என பெயரிட்டு இருந்தார். அங்கே பலவிதமான மரங்களை, இலைகளும்

ருசிமிகுந்த கனிகளும் நிறைந்த மரங்களை அந்த தோட்டத்திலே நட்டுவைத்தார். தோட்டத்தின் நடுவிலே மிக விசேஷித்த இரண்டு மரங்களை நட்டுவைத்தார். அவற்றில் ஒரு மரத்தின் கனிகள் உயிரைப் பாதுகாத்து நித்தியமாய் ஜீவன் தருவதாக இருந்தன. மற்றொரு மரத்தின் கனிகள் உண்பவர்களுக்கு தன்னைத்தான் உணரவும், நன்மைதீமையை அறிந்து கொள்ளக் கூடியதாகவும் இருந்தது.

நதியொன்று தோட்டம் முழுமையையும் வளமாக்கி, தோட்டத்திற்கு வெளியாக நான்கு கிளைகளாக பிரிந்து ஓடியது. பீசோன் (pishon) என்ற கிளைநதி ஹாவிலா (Havilah) என்ற இடத்தின் முழுபகுதியிலும் குறுக்காக ஓடி வளப்படுத்திற்று. அவ்விடத்தில் பிற்காலத்தில் பசும் பொன் படிவுகள் கண்டெடுக்கப்பட்டன. மேலும் அங்கே வாசனைத்திரவியங்களும் (aromatic resin) கோமேதக்கல் போன்ற விலையுயர்ந்த கற்களும் உள்ளன. இரண்டாம் கிளை நதிக்கு கீகோன் (Gihon) என்று பெயர். இது கூஷ் நாட்டின் ஊடாக எத்தியோப்பியா தேசம் முழுவதையும் சுற்றி ஓடுகிறது. மூன்றாவது கிளை நதியான தற்போதுள்ள டைகிரிஸ் (Tigris) அசீரியா நாட்டிற்கு நேர் எதிரில் ஓடுகிறது. நான்காவது கிளைநதி, நாம் அறிந்துள்ள ஐபிராத்து நதி.

எனவே 'எப்போதுமாகிய கடவுள்' தான் படைத்த மனிதனை, மகிழ்ச்சியின் தோட்டமாகிய ஏதேனில் அழைத்துக்கொண்டு வந்து, அதைப்பண்படுத்தவும், பாதுகாக்கவுமாக வைத்தார். தேவனாகிய கர்த்தர் மனுஷனை நோக்கி, நீ தோட்டத்திலுள்ள சகல விருட்சத்தின் கனியையும் புசிக்கலாம். ஆனாலும் நன்மை தீமை அறியத்தக்க விருட்சத்தின் கனியைப் புசிக்க வேண்டாம். அதை நீ புசிக்கும் நாளில் சாகவே சாவாய் என்று கட்டளையிட்டார்.

பின்னர் எப்போதுமாகிய கடவுள், மனிதன் தனித்திருப்பது நல்லதல்ல. அவனுக்கு ஏற்றத்துணையை உண்டாக்குவேன், என்று தமக்குள்ளே சொல்லிக்கொண்டார்.

தற்போது கர்த்தர் வெளியின் சகல வித மிருகங்களையும், ஆகாயத்தின் சகலவிதப் பறவைகளையும் மண்ணினாலே உருவாக்கி, ஆதாம் அவைகளுக்கு என்ன பேரிடுவான் என்று பார்க்கும்படி அவைகளை அவனிடத்தில் கொண்டு வந்தார். அந்தந்த ஜீவ ஜந்துக்கு ஆதாம் என்னென்ன பேரிட்டானோ அதுவே அதற்குப் பேராயிற்று. அவைகளில் ஒன்றையும் ஆதாம் தனக்கு ஏற்றதுணையாகக் கருதவில்லை. அப்பொழுது எப்போதுமாகிய கர்த்தர் ஆதாமை அயர்ந்த நித்திரைக்குட்படுத்தினார். அவர் அவன் விலா எலும்புகளில் ஒன்றை எடுத்து அந்த இடத்தை சதையினால் அடைத்தார்.

தேவனாகிய கர்த்தர் தாம் மனுஷனில் எடுத்த விலா எலும்பை மனுஷியாக உருவாக்கி, அவளை மனுஷனிடத்தில் கொண்டு வந்தார். அவளைக்கண்டவுடன் ஆதாம் மகிழ்ச்சியினால் பொங்கி

"இறுதியில் என் விருப்பம் அளித்துவிட்டீர் உறுதுணையாய் என் எலும்பும் சதையுமானாள் பேரிட்டேன் எனக்குள்ளே மனுஷியென அவள் உருவான போதேயென் மனுஷ நேசம் பெற்றாளே." என தன் உணர்ச்சிகளை ஆதாம் வெளிப்படுத்தினான்.

இதனால்தான் மனுஷன் தன் தகப்பனையும் தாயையும் விட்டு தன் மனைவியோடே இசைந்திருப்பான். அவர்களுடைய இரு உடல்களும் ஒரே உடலாகிறது. முதல் மனிதனாகிய ஆதாமும் அவனது புதியதாக உருவாக்கப்பட்ட மனைவியும்

ஏதேன் தோட்டத்தில் நிர்வாணிகளாய் அலைந்து திரிந்த போதும் சிறிதும் வெட்கப்படாதிருந்தார்கள்.

தேவனாகிய கர்த்தர் உண்டாக்கின சகல காட்டு ஜீவன்களைப் பார்க்கிலும் சர்ப்பமானது அதிக தந்திரமுள்ளதாக இருந்தது. ஒரு நாள் அது ஸ்திரீயை நோக்கி நீங்கள் தோட்டத்திலுள்ள சகல விருட்சங்களின் கனியையும் புசிக்க வேண்டாம் என்று தேவன் சொன்னது உண்டோ? என்றது. ஸ்திரீ சர்ப்பத்தைப் பார்த்து அப்படியல்ல, அது போன்று அல்ல, நாங்கள் தோட்டத்திலுள்ள விருட்சங்களின் கனிகளைப் புசிக்கலாம். ஆனாலும் தோட்டத்தின் நடுவில் இருக்கிற விருட்சத்தின் கனியைக்குறித்து தேவன், நீங்கள் சாகாதபடிக்கு அதைப் புசிக்கவும் அதைத் தொடவும் வேண்டாம் என்று சொன்னார் என்றாள். அப்பொழுது சர்ப்பம் ஸ்திரியை நோக்கி நீங்கள் சாகவே சாவதில்லை நீங்கள் இதைப் புசிக்கும் நாளிலே உங்கள் கண்கள் திறக்கப்படும் என்றும் நீங்கள் நன்மை தீமை அறிந்து தேவர்களைப்போல் இருப்பீர்கள் என்றும் தேவன் அறிவார் என்றது. அப்பொழுது ஸ்திரியானவள் அந்த விருட்சம் புசிப்புக்கு நல்லதும் பார்வைக்கு இன்பமும் புத்தியைத் தெளிவிக்கிறதற்கு இச்சிக்கப்படத்தக்க விருட்சமுமாய் இருக்கிறது என்று கண்டு, அதன் கனியைப் பறித்து புசித்து தன் புருஷனுக்கும் கொடுத்தாள். அவனும் புசித்தான். அப்பொழுது அவர்கள் இருவருடைய கண்களும் திறக்கப்பட்டது. அவர்கள் தாங்கள் நிர்வாணிகள் என்று அறிந்து அத்தியிலைகளைத் தைத்து தங்களுக்கு அரைக்கச்சைகளை உண்டு பண்ணினார்கள்.

பகலின் குளிர்ச்சியான வேளையில் தோட்டத்தில் உலாவுகிற தேவனாகிய கர்த்தருடைய சத்தத்தை அவர்கள் கேட்டார்கள். அவர்கள் இருவரும்

கர்த்தருடைய சந்நிதிக்கு விலகி, தோட்டத்தின் விருட்சங்களுக்குள்ளே ஒளித்துக் கொண்டார்கள்.

அப்பொழுது தேவனாகிய கர்த்தர் ஆதாமைக் கூப்பிட்டு, நீ எங்கே இருக்கிறாய்? என்றார். அதற்கு அவன் நான் தேவரீருடைய சத்தத்தைத் தோட்டத்திலே கேட்டு நான் நிர்வாணியாய் இருப்பதினால், பயந்து ஒளிந்து கொண்டேன் என்றான்.

அப்போது அவர் நீ நிர்வாணி என்று உனக்கு அறிவித்தவன் யார்? புசிக்க வேண்டாம் என்று நான் உனக்கு விலக்கின விருட்சத்தின் கனியைப் புசித்தாயோ என்றார்.

அதற்கு ஆதாம் என்னுடனே இருக்கும் படி தேவரீர் தந்த ஸ்திரியானவள் அவ்விருட்சத்தின் கனியை எனக்கு கொடுத்தாள். நான் புசித்தேன் என்றான்.

பின்னர் எப்போதுமாகிய கடவுள் ஸ்திரீயை நோக்கி, நீ இப்படி செய்தது என்ன? என்றார். அவள் சர்ப்பம் என்னை வஞ்சித்தது நான் புசித்தேன் என்றாள்.

அப்போது எப்போதுமாகிய தேவன் சர்ப்பத்தைப் பார்த்து நீ இதை செய்தபடியால் சகல நாட்டு மிருகங்களிலும், காட்டு மிருகங்களிலும் சபிக்கப்பட்டிருப்பாய். நீ உன் வயிற்றினால் ஊர்ந்து உயிரோடிருக்கும் நாளெல்லாம், மண்ணைத்தின்பாய் உனக்கும் ஸ்திரீக்கும் உன் வித்துக்கும் அவள் வித்திற்கும் பகை உண்டாக்குவேன். அவர் உன் தலையை நசுக்குவார் நீ அவர் குதிங்காலை நசுக்குவாய் என்றார்.

பின்பு அவர் ஸ்திரீயை நோக்கி கர்ப்பவதியாய் இருக்கையில் உன் வேதனையை மிகவும் பெருகப் பண்ணுவேன். வேதனையோடே பிள்ளைப் பெறுவாய்.

உன் ஆசை உன் புருஷனைப் பற்றியிருக்கும். அவன் உன்னை ஆண்டு கொள்வான் என்றார்.

பின்பு அவர் ஆதாமை நோக்கி நீ உன் மனைவியின் வார்த்தைக்கு செவி கொடுத்து புசிக்க வேண்டாம் என்று நான் உனக்கு விலக்கின விருட்சத்தின் கனியைப் புசித்தபடியினாலே, பூமி உன் நிமித்தம் சபிக்கப்பட்டிருக்கும். நீ உயிரோடிருக்கும் நாளெல்லாம் வருத்தத்தோடே அதன் பலனைப் புசிப்பாய். அது உனக்கு முள்ளும் குறுக்கும் முளைப்பிக்கும். வெளியின் பயிர்வகைகளைப் புசிப்பாய். நீ பூமியிலிருந்து எடுக்கப்பட்டபடியால், நீ பூமிக்குத் திரும்பும் மட்டும் உன் முகத்தின் வேர்வையால் ஆகாரம் புசிப்பாய். நீ மண்ணாய் இருக்கிறாய். மண்ணுக்குத் திரும்புவாய் என்றார்.

ஆதாம் தன் மனைவிக்கு (உயிர் கொடுக்கும் என்று அர்த்தம் கொள்ளும்) ஏவாள் என்று பேரிட்டான். ஏனெனில் அவள் ஜீவன் உள்ளோருக்கெல்லாம் தாயானவள்.

பின்னர் எப்போதுமாகிய கடவுள் ஆதாமுக்கும் அவன் மனைவிக்கும் தோல் உடைகளை உண்டாக்கி அவர்களுக்கு உடுத்தினார்.

பின்பு எப்போதுமாகிய கடவுள் இதோ மனிதன் நன்மை தீமை அறியத்தக்கவனாய் நம்மில் ஒருவரைப்போல் ஆனான். இப்போதும் அவன் மற்றொரு விசேஷித்த மரத்தின் கனியையும் புசித்து நம்மைப்போல் என்றென்றைக்கும் உயிரோடிராதபடி செய்ய வேண்டும் என்று அவனை மகிழ்ச்சியின் தோட்டமாகிய ஏதேனிலிருந்து, அவன் எடுக்கப்பட்ட மண்ணைப் பண்படுத்த துரத்திவிட்டார். ஜீவவிருட்சத்தைக் காவல் செய்ய ஏதேனுக்கு கிழக்கே கேரூபின்களையும், சுடரொளிபட்டயத்தையும் வைத்தார்.

வீழ்ச்சியின் விளைவுகள்: The Results of the fall

அதிகாரம் 3, மனிதனின் வீழ்ச்சியை குறிப்பதாக உள்ளது. 2ஆம் அதிகாரத்தில் கூறப்பட்டுள்ள மிக அழகான உன்னதமான நிலையிலிருந்து மனிதனின் வீழ்ச்சி ஏற்பட்டுவிட்டது. அப்படி நிகழாதிருந்தால் எல்லாமே வித்தியாசமானதாக இருந்திருக்கும். ஆதாம் ஏவாளாகிய தன் மனைவியையும் கடவுளாகிய கர்த்தரையும் குற்றப்படுத்த முயற்சிக்காமல் தங்கள் தவறுகளுக்காக மனம் வருந்தி, மன்னிப்புக் கேட்டிருந்தால் கர்த்தர் அவனை அவ்விடத்திலேயே மன்னித்திருப்பார். வரலாறு வித்தியாசமானதாக அமைந்திருக்கும். மாறாக ஆதாம் தனது பிழையைக் கண்ணாடியில் காண்பது போல, அத்தி இலைகளைக் கொண்டு தனது நிர்வாணத்தை மறைக்க முயன்றது ஒரு பரிதாபத்திற்குரிய முயற்சியாகிவிட்டது.

கொடுக்கப்பட்ட தண்டனையின் தன்மை நன்கு கவனித்துப் பார்க்கக் கூடியதாக உள்ளது. ஆதாம் தனது பணியோடு தொடர்புள்ள தண்டனையைப் பெறுகிறான். ஏவாள் குடும்பம் சார்ந்த தண்டனையைப் பெறுகிறாள். ஊரும் பிராணி ஒரு பாம்பாக மாறுகிறது. (இன்னும் கூட பாம்பின் அடிப்பகுதியில் மிகச்சிறிய கால்கள் இருப்பதைக் காணலாம்.)

கடவுளோடு முன்பிருந்த நல்லுறவு அழிக்கப்பட்டுவிட்டது. ஒருவரோடொருவரின் உறவும் பாதிக்கப்பட்டது. ஒருவரிலிருந்து மற்றவர் ஒளித்துக் கொள்கின்றனர். கடவுள் அவர்களை சபிக்கிறார். 4ஆம் அதிகாரத்தில் குடும்பத்திற்குள், உலகின் முதல் கொலை நடைபெறுகிறது.

பொறாமை கடவுளின் எச்சரிக்கைக்கு விரோதமாக நிற்பதற்கு வழிவகுத்தது.

கீழ்வரும் கதையின் மூன்று பகுதிகளில் கடவுள் எவ்வாறு சூழ்நிலைக்கு ஏற்றவாறு செயல்பட்டார் என்பதை இப்போது காண்போம்.

1. காயீன் Cain

முதலாம் மனிதன் செய்த பாவமே இரண்டாம் மனிதனை கொலை பாதகத்திற்கு தூண்டி மூன்றாம் மனிதனின் கொலைக்கு காரணமாயிற்று என ஒருவர் குறிப்பிட்டிருக்கிறார். இங்கே ஆதாமின் சொந்த குடும்பத்தைக் காண்கிறோம். ஆதாமின் மூத்தமகன் நடுவான மகனைக் கொலை செய்து விடுகிறான். இதே பொறாமை என்ற காரணத்தில்தான் இயேசு பல நூற்றாண்டுகளுக்குப் பின்னர் கொலையுண்டார். பொறாமை தான் வரலாற்றின் முதலும் மிக மோசமான கொலைக்கு முழு முதற்காரணமாக இருந்தது.

காயீன் என்ற சொல்லுக்கு பெற்றுக் கொள்ளப்பட்டவன் என்பது பொருள். அவன் பிறந்தபோது ஏவாள், நான் கர்த்தரிடத்திலிருந்து இவனைப் பெற்றுக் கொண்டேன் என்றாள். ஆபேல் என்ற சொல்லுக்கு சுவாசம் (அல்லது) ஆவி என்று பொருள். கடவுள் ஆபேலின் மீது ஆதாம் ஏவாளின் இளைய குமாரன் மீது பிரியமுடையவராக இருந்தார். ஏனெனில் வரங்கள், சொத்துரிமைகள் ஆகியவற்றின் மீது யாரும் தாமாகவே இயற்கையாகவே யாரும் உரிமை பாராட்டிக் கொள்வதை தேவன் விரும்பவில்லை. அடிக்கடி வேதத்தில் கடவுள் இளையவனைத் தெரிந்து கொள்வதைக் காண்கிறோம் (இஸ்மவேல் மூத்தவனாயிருந்தபோது ஈசாக்கும் ஏசா இருக்கையில் யாக்கோபும் தெரிந்து கொள்ளப்பட்டனர்.)

பிரச்சனை என்னவென்றால் தேவன் ஆபேலின் காணிக்கையை ஏற்றுக் கொண்டு, காயீனின் காணிக்கையை புறக்கணித்தார் என்பதே. ஆபேல்

தனது பெற்றோரிடமிருந்து, கர்த்தருக்கு எடுத்துச் செல்ல தகுதியானது இரத்தபலி என்று கற்றுக்கொண்டு உயிர்பலியான காணிக்கையைப் படைத்தான். கடவுள் ஏற்கனவே அவனுடைய பெற்றோரின் பாவத்தையும் இலச்சையையும் மூடுவதற்காக சில மிருகங்களைக் கொன்று அவற்றின் தோல்களால் அவர்களை உடுத்துவித்தார். ஒரு கொள்கை அங்கே நிலை நாட்டப்பட்டுவிட்டது. அவர்களது வெட்கத்தை மூடுவதற்காக இரத்தம் அங்கே ஏற்கனவே சிந்தப்பட்டுவிட்டது. (அங்கு துவங்கி அது கல்வாரி வரை அந்த உயிர்பலி சென்றது) எனவே ஆபேல் கடவுளை ஆராதிக்க வரும்போது ஒரு மிருகத்தை பலியாக, காணிக்கையாகக் கொண்டு வந்தான். காயீனோ தான் பயிர் செய்த காய்கனிகளைக் கொண்டு வந்தான்.

கடவுள் ஆபேலின் பலியில் மகிழ்ந்தார். காயீனின் படைப்பில் மகிழவில்லை. இதனால் காயீன் கோபமுற்றான். பாவத்தை மேற்கொள்ள வேண்டும் என்ற கடவுளின் எச்சரிப்பை தள்ளிவிட்டு சகோதரனாகிய ஆபேலை பொய்யாய் நயங்காட்டி வீட்டிற்கு வெளியே அழைத்துச்சென்று கொலை செய்து, புதைத்துவிட்டு அவனை முற்றிலுமாக தொலைத்து விட்டான். நான் என் சகோதரனின் காவலாளியோ? எனக்கேட்கிறான்.

ஒரு தெளிவான மாதிரி இங்கே உருவாகிறது. தீயமனிதர்கள் நல்லவர்களை வெறுப்பார்கள். தேவபக்தியற்றவர்கள் பக்தியுள்ளவர்கள்மேல் பொறாமை உடையவர்களாக சமுதாயத்தில் காணப்படுகிறார்கள். மனித வரலாறு முழுவதும் இந்த பிரிவினையே நீண்டு செல்வதாக உள்ளது.

எனவே கடவுள் ஒழுங்குடனே படைத்த இந்த உலகம் தற்போது நல்லவைகளை வெறுக்கின்ற இடமாக

மாறிவிட்டது. தீயவர்கள் தங்கள் வஞ்சகங்களை அதன் போக்கிலேயே போகவிட்டு விடுகிறார்கள். மனசாட்சியின்படி செயல்படுகிறவனை அநேகர் வெறுக்கத் தலைபடுகிறவர்களாக இருக்கிறார்கள். நீதி நேர்மைக்காக ஆபேல் முதலாம் இரத்த சாட்சியானார் என நாம் கூறமுடியும். இயேசுவே ஆபேல் தொடங்கி பரசியாவின் குமாரனாகிய சகரியாவின் இரத்தம் வரைக்கும் நீதிமான்களின் இரத்தம் சிந்தப்பட்டுள்ளது எனக் கூறியுள்ளார்.

தொடர்ந்து செல்லும் விவரங்கள் காயீனின் சந்ததிபற்றிக் கூறுகிறது. அதில் ஆர்வமூட்டும் அம்சங்கள் சில உள்ளன. காயீனின் சந்ததியார் பட்டியலில் அவர்களின் அடைவுகளும், மிகவும் குறிப்பிடத்தக்க வகையில் சங்கீத வளர்ச்சி, உலோகங்களின் பயன்பாடு, அதில் முதல்முறையாக ஆயுதங்களின் தயாரிப்பு முதலியவைகளை உள்ளடக்கியுள்ளன. நகர்ப்புற வளர்ச்சியும் கூட காயீனின் சந்ததி வழியே வந்தது தான். காயீனின் சந்ததியார் தான் பாவிகளை ஓரிடத்தில் குவித்து பாவத்தை ஒரே இடத்தில் நிலை நாட்டும் வகையில் நகர்ப்புறங்களை கட்டலாயினர். கிராமப்புறங்களை விட நகர்ப்புறங்களில், இதன் காரணமாகத்தான் அதிகமான பாவத்தின் திண்மைக் காண்கிறது.

இப்படியாக மனித முன்னேற்றம் கறைப்பட்டுள்ளது என்பதைக் காணமுடிகிறது. காயீனின் மேல் வரையப்பட்டுள்ள அடையாளம், இந்த முன்னேற்றம் பற்றியதாகத்தான் உள்ளது. இதற்கான வேதாகம பொருள் விளக்கம் நாகரீகம் பற்றியதுதான். பாவச்செயல்களே அதன் மையப் பொருளாக உள்ளது. பலதாரமணங்கள் காயீனின் சந்ததியாரால் தான் ஆரம்பமானது. ஒரு குறிப்பிட்டகாலம் வரையில் ஒருவனும் ஒருத்தியுமாக காலமெல்லாம்

தம்பதிகளாக வாழ்ந்தனர். ஆனால் காயீனின் சந்ததியர் பலதார மணங்களை செய்ய ஆரம்பித்தனர். ஆபிரகாம் யாக்கோபு, தாவீது போன்றோரும் கூட நாம் அறிந்துள்ளவாறு பலதார மணங்கள் செய்துள்ளனர்.

எனினும் ஆதாம் ஏவாளின் மூன்றாவது மகன் சேத் என்பவனின் மூலமாக கடவுளுக்கு பிரியமான மற்றொரு சந்ததி உருவாகிறது. சேத்தின் சந்ததியிலிருந்து தான் மனிதர்கள் கடவுளாகிய கர்த்தரை நோக்கி கூப்பிடத் தெரிந்து கொண்டனர்.

இந்த இரண்டு சந்ததிகள் தான் மனித வரலாற்றின் ஊடாக பூமியின் கடைசி பரியந்தமும் செல்கின்றன. கடைசிமட்டும் இவ்வாறே பிரிவினையோடு இவைக்காணப்படும். இவ்விரண்டில் எந்த சந்ததியில் நாம் சேர்ந்தவர்களாக இருக்க வேண்டும் எப்படிப்பட்ட வாழ்க்கை வாழ விரும்ப வேண்டும் என்றெல்லாம் நாமே தெரிந்து எடுத்துக் கொள்ள முடியும்.

2. நோவா Noah

அடுத்த பெரும் நிகழ்வு பெரு வெள்ளமும் நோவா பேழையைக் கட்டுதலும். இந்த கதை வேதத்திலுள்ளேயும், வெளியேயும் நன்கு அறியப்பட்ட ஒன்று அநேக மக்கள் தங்கள் நாட்டுப்புற பாடல்களிலே உலகளாவிய இந்த பெரு வெள்ளம் குறித்து கதைகளாக கூறுகின்றனர். அது ஒரு உண்மையான சம்பவமா, உண்மையிலேயே பூமி முழுவதும் பெருவெள்ளத்தால் மூழ்கடிக்கப்பட்டதா என்பன போன்ற விவாதங்கள் இருந்து வருகின்றன. வேதப் பகுதியில் வெள்ளம் பூமி உருண்டையை சுற்றி மூடியதா, அல்லது அப்போதிருந்த உலகமாக சொல்லப்பட்ட பகுதியை மாத்திரம் மூடிப் போட்டதா என்பன குறிப்பிட்டுக் கூறப்படவில்லை. ஆனால் மத்தியத் தரைக்கடல் சார்ந்த தளமான மெசப்பெட்டோமியா என்று பின்னால் அழைக்கப்பட்ட யூப்ரட்டிஸ், டைகிரிஸ் நதிகள் பாய்கின்ற பெருஞ்

சமவெளிப் பகுதி (வேதாகமத்தில் ஆதியாகமத்து கதைகள் நிகழ்ந்த இடங்கள்) நிச்சயமாக பெரு வெள்ளப் பாதிப்பிற்குட்பட்டவைகளாக இருக்கக்கூடும்.

வேதாகமத்தின் கண்ணோட்டம், பருப்பொருட்கள் மீது இல்லாமல் ஒழுங்குமுறை வாழ்வினைச் சார்ந்ததாகத்தான் அதிகமாக சொல்லப்படுகிறது. ஏன் இது நிகழ்ந்தது? இதற்கான பதில் தடுமாற்றம் உடையதாக இருக்கிறது. கடவுள் தாம் உண்டாக்கின மனுக்குலத்தின் செயல்பாடுகளை நினைத்து மனவேதனை அடைந்த காரணத்தால்தான் இது நிகழ்ந்தது. கடவுளின் மனம் வேதனையால் நிறைந்தது. இவ்வசனம் உண்மையிலேயே வேதத்தில் உள்ள வருத்தத்திற்குரிய ஒரு வசனமாகும். இவ்வசனம் கடவுளின் உணர்வினைத் தெளிவாகக் காட்டுவதாக உள்ளது. இதனால்தான் அவர் மனுக்குலத்தை முற்றிலுமாக அழித்துப் போட தீர்மானித்தார்.

கடவுளுடைய உணர்ச்சிகளை இந்த அளவிற்கு பாதிப்படையச் செய்யும் அளவிற்கு நேர்ந்தது என்னவாக இருக்கும். இதற்கு பதிலளிப்பதற்கு ஆதியாகமத்தின் சிலவிவரங்களோடு, புதிய ஏற்பாட்டின் சில பகுதிகளையும், யூதா மற்றும் பேதுரு நிருபங்களில் குறிப்பிட்டுள்ள இன்னும் சில அதிகமான திருஷ்டாந்தங்களையும் இணைத்து பார்க்க வேண்டியுள்ளது.

எர்மோன் மலைப்பகுதியில் கடவுளின் ஜனத்தைக் கவனித்துக்கொள்ள அனுப்பப்பட்ட இருநூறு, முந்நூறு தேவதூதர்கள் பூலோக பெண்களுடன் மனுஷ குமாரத்திகளுடன் உறவுகொண்டு அவர்களை கர்ப்பிணிகள் ஆக்கினார்கள் என்று நமக்குச் சொல்லப்பட்டுள்ளது. அவர்களுக்கு பிறந்தவர்கள் பயங்கர தோற்றமும் பலமும் உடையவர்களாக மனித மற்றும் தேவதூதர்களின் பண்புகளின் கலப்பாக

இருந்தார்கள். கடவுளின் அம்சங்களாக வழிமுறையில் அவர்கள் காணப்படவில்லை. ஆதியாகமத்தில் 6ஆம் அதிகாரத்தில் அவர்கள் நெ:ப்பிலும் (Nephilim) இராட்சதர்கள் எனப்பட்டார்கள். அதன் சரியான பொருள் இன்னது என நமக்குத் தெரியவில்லை. இது புதுவகையான படைப்பிற்காக தெரிவு செய்யப்பட்ட புதிய வார்த்தையாக உள்ளது. இந்த அபூர்வமான கூட்டு (குமாரர்களும் மனுஷ குமாரத்திகளும் சேர்ந்த இணைப்பு) தான் மாய மந்திர சூனியங்களுக்கு வழிவகுத்தது. (Occultism) ஏனெனில் தேவ குமாரர்கள் மனுஷகுமாரத்திகளுக்கு இவைகளை சொல்லிக் கொடுத்தனர். இதற்கு முன்னால் எந்தவிதமான மாயமந்திரங்களின் சுவடுகள் எதுவுமே இருக்கவில்லை.

இந்த முறையற்ற பாலியல் உறவுகளின் உடனடி பாதிப்பாக தீவிரவாத வன்முறைகள் உலகத்தை நிறைத்தன. ஒன்று மற்றொரு வன்முறைக்கு வழிவகுத்தது. இந்நிலை மக்கள் நபர்களாக அல்லாமல் அஃறிணைப் பொருட்களாக பார்க்கப்பட்டபோது நிகழ்ந்தது. ஆதியாகமம் 6ஆம் அதிகாரம் கூறுகிறபடி மனித இதயத்தின் அனைத்து சிந்தனைகளும் இடையறாத தீங்குகளைக் குறித்தே இருந்தன. படைத்தவருக்குப் போதும் போதும் என்றாகி விட்டது.

ஆனால் கடவுள் நியாயத்தீர்ப்பை உடனடியாகச் செய்யவில்லை. கடுமையான எச்சரிப்புகளைக் கொடுத்து மிகப் பொறுமையுடன் இருந்தார். ஏனோக்கை தீர்க்கதரிசியாக அழைத்து பக்தியற்றோரை விசாரிப்பார் என்றும் கூறச்செய்தார். தனது 65வது வயதில் ஏனோக்கு ஒரு குமாரனைப் பெற்று அவன் மரிக்கும் போது இது நடக்கும் என்று பொருள் கொடுக்கும் 'மெத்துசலா' என்ற பெயரை வைக்கும்படி கடவுள் ஏனோக்கிடம் கூறியிருந்தார். எனவே மெத்துசலாவிற்கும் ஏனோக்கிற்கும், ஏனோக்கின்

மகன் மெத்துசலா மரிக்கும் போது கடவுள் உலகத்தை நியாயந்தீர்ப்பார் என்ற விவரம் நன்கு தெரிந்திருந்தது.

நாம் அறிந்துள்ளவாறு, கடவுள் மகா பொறுமையோடு தான் இருந்துள்ளார். ஏனெனில் மெத்துசலா தான் உலகில் வாழ்ந்துள்ள வேறு எவரையும் விட அதிக நாட்கள் உயிரோடு வாழ்ந்திருக்கிறார். அதாவது 969 வருடங்கள் வாழ்ந்திருக்கிறார். மெத்துசலா இறந்தபோது கனமழைப் பொழிய ஆரம்பித்தது. மெத்துசலாவின் பேரன் நோவாவும் அவரது மூன்று மகன்களும், 12 மாதங்கள் உழைத்து, கடவுளின் குறிப்புகளின்படியே பெரும் பேழையைக் கட்டி முடித்தனர். ஒரே ஒரு குடும்பமான நோவா என்னும் போதகரும் அவரது மூன்று குமாரர்களும் அவர்களது மூன்று மனைவிகளும், அவரது மனைவியுமாக மொத்தம் எட்டு பேர்கள் மட்டுமே பேழைக்குள் வைத்துக் காப்பாற்றப்பட்டார்கள்.

வெள்ளத்திற்குப் பின்னர் கடவுள் இப்படிப்பட்ட ஜலப்பிரளயத்தினால் உண்டாகும் அழிவை பூமி இருக்கும் வரை தான் திரும்ப ஏற்படுத்துவதில்லை என்று வாக்குதத்தம் செய்தார். முழு மனுக்குலத்தோடும் கடவுள் ஒரு புனித உடன்படிக்கையைச் செய்துக் கொண்டார். இனி மனுக்குலத்தை அழிப்பதில்லை என்றும், அவர்களுக்கு ஆதரவாக போதிய ஆகாரத்தை அளிப்பேன் என்பதுமான உடன்படிக்கையாக அது இருந்தது. கோடையும், குளிர்காலமும், வசந்தகாலமும், அறுவடைக்காலமும் முறையாக ஏற்பட்டன. சில நேரங்களில் உலகின் அநேக பகுதிகளில் பஞ்சம் தலைவிரித்தாடும்போது, இந்த உடன்படிக்கை புறக்கணிக்கப்பட்டதோ என்று எண்ணத்தோன்றும். ஆனால் நமது தேவைக்கு மேற்பட்ட தானியங்கள் நம்மிடத்தில் போதுமானதாகத்தான் உள்ளது. அவை சரிவர பகிர்ந்து கொள்ளப்படாமல் உள்ளன.

அரசாங்கங்களின் உறுதிப்பாடு இருக்குமானால் அனைவருமே போஷிக்கப்படுவார்கள்.

இந்த உடன்படிக்கையை நினைவூட்டும் வண்ணமாகத்தான் வானத்தில் ஏழு வண்ணங்களுடன் வானவில் ஒன்றை கடவுள் வைத்துள்ளார். நாம் உயிர் வாழ மிகத்தேவையான இரண்டு பொருள்கள் சூரிய வெளிச்சமும், தண்ணீரும் தான் இவை இரண்டும் ஒன்று சேரும் போது வானவில் உண்டாகிறது.

கடவுள் இந்த வாக்குறுதியை கொடுத்தப் போது, மனுக்குலம் தனக்கு பதிலாக செலுத்த வேண்டியதையும் கேட்கிறவராக இருக்கிறார். மனுமக்களின் உயிரை புனிதமாக கருதவேண்டும் எனவும், உயிரை அழிக்கும் கொலையானது கொலைத்தண்டனைக்கு உரியது எனவும் கட்டளையிட்டார். ஒரு தேசம் எல்லாவற்றுக்கு மேலான தலையாய தண்டனையை நீக்கிவிடுமானால் அது மனித உயிர்கள் மீது கொண்டுள்ள அதனுடைய கருத்தை, அபிப்பிராயத்தைக் காட்டுவதாக உள்ளது.

3. பாபேல்: Babel

கடவுள் மனம் பாதிப்படையச் செய்த மற்றொரு சம்பவம் பாபேல் கோபுரக்கட்டுமானம். மக்கள் பரலோகத்திற்கே சவால்விடுவது போலவும், கடவுளின் சந்நிதியை எட்டுவதாகவும் ஒரு உயர்ந்த கோபுரத்தைக் கட்டி முடிக்க மக்கள் தங்களுக்குள் விரும்பி நிர்ணயம் பண்ணிக் கொண்டனர். வேதம், தேவனுக்கு மகிமை செலுத்தாமல், தங்களுக்கு பேர் உண்டாகும்படியாக பாபேல் கோபுரத்தைக் கட்ட விரும்பினார்கள் என்று சொல்லுகிறது. நாம் அந்த கட்டிடம் எப்படியாக இருக்கக் கூடும் என்பதை தோராயமாக எண்ணிப்பார்க்கலாம். சிக்குராட் (Ziggurat) என்று அழைக்கப்படும்படியான மிகப்பெரிய செங்கற்களாலான, வானத்தை எட்டும்படியாக உயர்ந்து

செல்லும் படிக்கட்டுகளை உடையதான ஒரு உயர்ந்த கட்டிடமாக இருந்திருக்கும். அப்படிப்பட்ட கட்டிடத்தின் உச்சியிலே ஜோதிட அடையாளச் சின்னங்கள் பொதுவாக பொறிக்கப்பட்டிருக்கும். ஆனால் அது பாபிலோனின் ராஜாவாகிய நிம்ரோத் நட்சத்திரங்களைப் பார்த்து வணங்குவதற்காக கட்டியதாக இல்லாமல் அவனுடைய சர்வாதிகாரத்தையும், புகழையும் பிரஸ்தாபப்படுத்துவதற்காக கட்டப்பட்டதாக இருந்தது.

பாபேல் கோபுரக் கட்டுமானம் கடவுளாகிய கர்த்தரை முற்றிலுமாக பெருஞ்சினத்திற்குள்ளாக்கியது. அவர்களை அந்த கட்டிடத்தை தொடர்ந்து கட்டும்படி விட்டுவிட்டால் அது எங்குபோய் முடியுமோ என்று தேவன் எண்ணினார். எனவே முதல்முறையாக அவர்களின் பாஷைகளை வித்தியாசப்படுத்துமாறு பல பாஷைகளைக் கொடுத்தார்.

பாபேல் கோபுரக் கதைக்கு ஒரு அடிக்கட்டைக் குறிப்பு ஒன்று உள்ளது. பாஷை வேறுபட்டதால் சிதறி ஓடின பாபேல் கோபுரத்தைக்கட்டின மக்களில் ஒருபகுதியினர் மலைகளைக் கடந்து கிழக்காக கடல்பகுதி வரைக்கும் சென்று அங்கே குடியேறி தங்களுக்கென ஒரு பெரும் சாம்ராஜ்ஜியத்தை அமைத்துக்கொண்டனர். அது 'சீனா' வாகும். சீன வரலாறு அங்கிருந்து தான் ஆரம்பமாகிறது. எகிப்தின் ஓவிய எழுத்துக்கள் (picture language) க்யூனிபார்ம் (Queniform) எழுத்துக்களாக மாற்றப்படுவதற்கு முன்பே அவர்கள் பாபேல் கோபுர பகுதிகளிலிருந்து வெளியேறிவிட்டனர். பாபேல் கோபுர காலம் வரையில் அனைத்து மொழிகளும் பட (ஓவிய) வடிவில்தான் இருந்தன. படவடிவிலான மொழியைத்தான் அவர்கள் சீனாவிற்கு கொண்டு சென்றனர். சீனர்கள் இந்த ஓவிய எழுத்துக்களின் அடையாளங்களைப் பார்த்து வார்த்தைகளாக பயன்படுத்தி ஆதியாகமம் 1 முதல்

11 ஆம் அதிகாரம் வரையிலான கதையினைத் திரும்ப எழுதக் கூடியதாக இருந்தது மிகுந்த ஆச்சரியத்திற்குரிய ஒன்றேயாகும்.

உதாரணமாக படைப்பு (create) என்ற வார்த்தைக்கு சீன மொழியில் மண்ணின் ஓவியங்கள் உயிர் மற்றும் ஒருவர் நடப்பது போன்ற ஓவியங்கள் அமைந்துள்ளன. பிசாசானவன் (Devil) என்ற வார்த்தை சீன மொழியில் ஒரு மனிதன் தோட்டம் மறைவான இரகசியம் என்பவைகளில் பட ஓவியமாக வெளிப்படுத்தப்படுகிறது. ஆகவே பிசாசானவன் தோட்டத்தில் மறைந்திருக்கும் ஒரு நபர் சோதனைக்காரன் (Temptor) என்ற வார்த்தை 'பிசாசானவனுக்கு' குறிப்பிடப்பட்டுள்ள அடையாளங்களுடன் இரண்டு மரங்கள் மற்றும் மூடாப்பு (cover)க்கான ஓவியங்கள் தரப்படுகின்றன. 'படகு' என்பதற்கான சீன மொழி வார்த்தைகள் ஒரு பாத்திரம் வாய் மற்றும் 8 என்பவைகளின் ஓவியங்கள். இதன் பொருள் சீன மொழியில் ஒரு படகு எட்டுபேர்கள் பயணிக்க கூடியது நோவாவின் பேழை போல என்பதாகும்.

ஆதியாகமம் 1-11 வரையிலான அதிகாரங்கள் முழுவதையும் சீனர்களின் ஓவிய மொழியிலிருந்து நாம் திரும்பி எழுதியெடுக்க முடியும். எனவே இந்த மக்கள் முதல் முறையாக சீனாவிற்கு வந்த போது வானத்தையும் பூமியையும் படைத்த ஒரே கடவுளால் நம்பிக்கை உடையவர்களாக இருந்தனர். கன்ப்யூசியஸ், புத்தர் ஆகியோரின் எழுச்சிக்குப் பின்னர்தான் விக்ரக ஆராதனைகள் செய்யத் தலைப்பட்டனர்.

சீனமொழி வேதாகமத்தின் வெளியிலிருந்து பாபேல் கோபுரக்கட்டுமானத்திலிருந்து சிதறிப்போன சிதறடிக்கப்பட்டு சீனாவில் குடியேறிய மக்களின் நினைவில் பாபேல் கோபுர நினைவுகள்

இவைகளெல்லாம் நிச்சயமாகவே நிகழ்ந்தன என்பதை உறுதிபடுத்தும் தனிப்பெரும் ஆதாரங்களாக உள்ளன.

நீதியும் இரக்கமும்: (Justice & Mercy)

இந்த அதிகாரங்களில் தேவநீதியும், இரக்கமும் மிக அதிகமாக காணப்படும் பண்புகளாக உள்ளன. ஆதாமின் வீழ்ச்சி தொடங்கி மனுக்குலத்தின் வீண் பெருமையையும், தேவனின் நீதியையும் இரக்கம் கருணையையும் நாம் காண்கிறோம். ஆதாம் ஏவாளை ஏதேன் தோட்டத்திலிருந்து துரத்தும்போது ஒருநாள் அவர்கள் சாவார்கள் என்று சொல்லி அனுப்புகையில் தேவனாகிய கர்த்தரின் நீதி நிலைநாட்டுதலைக் காண்கிறோம். அதே நேரம் அவர்களின் நிர்வாணத்தை தோலாடைகளால் மூடி அனுப்புகையில் அவரது இரக்கம் வெளிப்பட்டதைக் காண்கிறோம். காயீன், அவன் செய்த குற்றத்திற்காக தேசாந்திரியை சுற்றிக்கொண்டு இருக்கவேண்டும் என்ற சாபக் கட்டளைக் கொடுக்கும் நீதியுள்ள தேவன் அவன் மீது இரக்கம்கொண்டு, அவன் மேல் ஒரு அடையாளத்தை வரைந்து அவனுக்கு யாரும் தீங்கு செய்யாதபடி, கொலை செய்யாதபடி, பாதுகாப்பு அளித்தார். ஏனோக்கை நீங்கலாக, அவனது சந்ததியாரை தேவன் தண்டித்தார், எனினும் தேவனின் மிகுந்த கிருபையை ஏனோக்கின் பேரனாகிய நோவாவையும் அவன் குடும்பத்தையும் காப்பாற்றியதிலும், அவருடைய நீடிய பொறுமையை மெத்துசலாவிற்கு நீண்ட ஆயுளைக் கட்டளையிட்டதிலும் காண்கிறோம். ஆதியாகமத்தின் எஞ்சிய பகுதிகள் நமக்கு கடவுளைப் பற்றி கூறுவது என்ன? தலைமுறைகளுக்கு ஊடாகவும் தொடர்ந்து சம்பவங்களின் மூலமும் கடவுள் தமது ஜனத்தோடு எந்த வகையான உறவு வைத்திருந்தார் என்பதைக் காண்போம்.

ராஜரீகமானக் கடவுள் (The Sovereign God)

பழைய ஏற்பாட்டில் கடவுளின் சித்தரத்தின் ஊடாக இரு நூல்கள் செல்லுகின்றன. அது குறித்த விளக்கம் தேவைப்படுகிறது. அவை எதிரும் புதிருமானவை. ஆதியாகம நூலைப் படிப்பதின் மூலமாகத்தான் அது தெளிவுபெறும்.

முழு பிரபஞ்சத்தின் கடவுள் (The God of the Whole Universe)

ஒரு புறம் பழைய ஏற்பாடு, யூதர்களின் கடவுள்தான் முழு பிரபஞ்சத்தின் கடவுள் என்பதாகக் கூறுகிறது. அந்த நாட்களில் ஒவ்வொரு தேசத்திற்கும் ஒரு கடவுள் இருந்தார். பாகால், இஸ்ஸிஸ், மோளேகு ஆகியவை தேசங்களால் வணங்கப்பட்டன. சமயம் என்பது தேசத்திற்குரியதாக கடுமையாக பின்பற்றப்பட்டது. நடைபெற்ற போர்கள் எல்லாமே சமய சார்புடையனவாக இருந்தன. வெவ்வேறு தெய்வங்களைத் தெரிந்து கொண்டு தேசங்கள் சமயத்தின் பெயரால் சண்டையிட்டுக் கொண்டன. இஸ்ரவேலின் கடவுளாகிய யெகோவா, இஸ்ரவேல் தேசத்திற்கு மாத்திரமே கடவுளாகக் கருதப்பட்டார். ஆனால் இஸ்ரவேல் நாடு தங்கள் தெய்வமே எல்லா தெய்வங்களுக்கும் மேலானவர் என்று கூறியது. உண்மையில் இஸ்ரவேல் நாடு மேலும் ஒருபடி மேலே சென்று தங்களின் ஏகோவா தெய்வத்தையன்றி வேறே தெய்வம் பிரபஞ்சத்தில் இல்லை என உறுதிபட அறிவித்தனர். அவரே பிரபஞ்சத்தை உண்டாக்கினவர் என்றனர். மற்ற எல்லா தெய்வங்களும் மனித கற்பனைகளின் வண்ணங்களே என்றனர். பிற தேசங்களுக்கு, இஸ்ரவேலின் கருத்துக்கள் மிகவும் குற்றமுடையதாகத் தோன்றியது உண்மையே.

இவைகளைக் குறித்து ஏசாயா 40ஆம் அதிகாரம், யோபு புத்தகம் மற்றும் அநேக சங்கீதங்களில் நாம் வாசித்தறியக்கூடும்.

யூதர்களின் கடவுள் (The God of Jews)

மறுபுறத்தில் நாம் காண்போமானால், கடவுளின் சித்திரமே பழைய ஏற்பாட்டில் முழு பிரபஞ்சத்தின் கடவுள்தான் யூதர்களின் கடவுள் என்பதாக வண்ணம் தீட்டப்பட்டுள்ளது. அனைத்தையும் படைத்த கடவுள் நெருங்கிய உறவும் தொடர்பும் கொண்டிருப்பது பூமியின் மீதுள்ள ஒரு சிறு கூட்டமாகிய தங்களுடன் தான் என உறுதிபடக் கூறுகின்றார். உண்மையில் கடவுள் தம்மை ஒரு குடும்பத்தில் பிதாவின் பிதா, பிதா, குமாரன் என்ற நபர்களுடன் தமது அடையாளத்தைக் காட்டுவதாக கூறுகின்றனர். அவர்களின் கூற்றுப்படி பிரபஞ்சத்தின் முழுமைக்குமானக் கடவுள் தம்மை ஆபிரகாம், ஈசாக்கு, யாக்கோபு என்பவர்களின் கடவுளாக இருப்பவர் என்று அறியப்படுகிறது. இக்கூற்று யாராலும் நம்ப முடியாததாக உள்ளது.

கடவுளின் திட்டம்:

ஆச்சரியப்படத்தக்க இரு உண்மைகள் என்னவெனில் யூதர்களின் கடவுள் பிரபஞ்சத்தின் கடவுள், மேலும் பிரபஞ்சத்தின் கடவுள் குறிப்பாக யூதர்களின் கடவுளாக இருக்கிறார்.

இந்த உண்மை ஆதியாகம நூலில் நன்கு நமக்காக விளக்கம் செய்யப்பட்டுள்ளது. உண்மையில் ஆதியாகமம் இல்லையென்றால் இந்த பேருண்மையை நாம் நம்புவதற்கு எந்த அடித்தளமும் இருந்திருக்கவே முடியாது.

ஆதியாகம நூலின் அதிக கால அளவுகளை வேதாகமத்தில் மற்ற எல்லா நூல்களின் காலக்கட்டங்களும் ஒன்று சேர்ந்து காணப்படும் கால அளவினைவிட அதிகமாக உள்ளது. யாத்திராகமம் தொடங்கி வெளிப்படுத்துதல் விசேஷம் 3ஆம் அதிகாரம் வரை ஆயிரத்து ஐந்நூறு ஆண்டுகள் (1½) மில்லியன் ஆண்டுகள் அடங்கிய கால அளவினதாக உள்ளது. ஆதியாகமம் மாத்திரமே உலகவரலாறு முழுவதையும், ஆரம்பம் முதல் யோசேப்பின் சரித்திரம் வரையிலான வரலாற்றை உள்ளடக்கியுள்ளது. எனவே நாம் வேதத்தை வாசிக்கும் போது கால அளவுகள் சுருக்கி வைக்கப்பட்டுள்ளதைத் தெரிந்துணர்ந்து கொள்ளவேண்டும். எனவே பிற நூல்களை ஒப்பிடுகையில் ஆதியாகமம் அநேக நூற்றாண்டு விவரங்களை சுருக்கி வைத்துள்ளதைப் புரிந்து கொள்வது அவசியம்.

இந்த கால அளவு சுருக்கம் ஆதியாகமத்திற்குள்ளாகவே அமைந்துள்ளதைக் காணலாம். அதிகாரங்கள் 1-11 வரையிலான விவரங்கள் முழுநூலில் கால்பகுதியைத்தான் கொண்டு வந்துள்ளது எனினும், நீண்ட கால அளவில் அநேகமக்கள் மற்றும் தேசங்களின் விவரங்களைக் கூறுவதாக அமைந்துள்ளது. ஆதியாகமம் நூலின் இரண்டாவது பகுதியான 12-50 அதிகாரங்கள் முக்கால் பகுதி நூலில் இடம் பெற்றிருந்தாலும், மிகக் குறைவான காலக்கட்டத்தையும், குறைவான மக்களைப் பற்றியுமான விவரங்களைத்தான் உள்ளடக்கியுள்ளது.

ஒரு குடும்பம், அதன் நான்கு தலைமுறை விவரங்களைத் தான் அப்பகுதியில் காண்கிறோம். இவ்வாறான மிகப்பெரிய கால அளவுகளின் மாறுபாடுகளுடன் ஆதியாகமம் முழு உலகின்

வரலாற்றையும் கூறுகிறது என்பது பொருந்தி வராத ஒன்றாக இருக்கும்.

எனினும் இந்த கால அளவுகளிலான மாறுபாடு ஆழ்ந்து ஆலோசித்துதான் வைக்கப்பட்டுள்ளது என்பது தெளிவாகிறது. அதுபோலவே முழு உலகின் வரலாற்று விவரங்களிலிருந்து விலகிச்சென்று குறிப்பிட்ட ஒரு குடும்பத்தின் விவரங்களை ஏதோ அந்தக்குடும்பம் மாத்திரமே மிக விசேஷமானது என்கின்ற வகையில் அளிக்கப்பட்டிருப்பது ஒரு நோக்கத்துடன் தான் என்பது தெளிவாகிறது. ஒரு வகையில் அவர்கள் கர்த்தரை நோக்கி கூப்பிட்ட சேத்தின் குடும்பத்திலிருந்து வந்தவர்களாக இருக்கிறார்கள். கடவுளைப் பொறுத்தவரையில், அவரை நோக்கிக் கூப்பிடுகின்ற மக்கள் வேறெந்த மக்கள் கூட்டத்தைவிட விசேஷத்தவர்கள். ஏனெனில் அவர்கள் மூலமாகத்தான் அவர் தமது நோக்கத்தையும் திட்டங்களையும் செயல்படுத்த முடியும் என்பதாகும்.

இந்த அணுகுமுறையின்படி பார்க்கும்போது வேதாகமம் நமது பிரச்சினைகளுக்கெல்லாம் பதில் தருகின்ற ஒன்றாக இல்லாமல் கடவுளின் பிரச்சினைகளுக்குப் பதில் தருகின்ற ஒன்றாக இருக்கிறது. கடவுளின் பிரச்சனையாக இருந்தது.

என்னவென்றால் - கடவுளை அறிய மறுக்கின்ற அவரை நேசிக்காத, அவருக்கு கீழ்ப்படியாத ஜனங்களை எவ்வாறு வழிநடத்தக் கூடும் என்பதே ஒரு தீர்வு. என்னவென்றால் அவர்களை முற்றிலுமாக அழித்து ஒழித்து விட்டு புதிய மக்களினத்தை உருவாக்குதல் என்பது. கடவுள் அதை முயற்சிசெய்து பார்த்தார். ஆனால் ஜலப்பிரளயத்தில் மீட்கப்பட்ட நீதிமான்களின் தகப்பனான நோவாவும் கூட மனிதஇனத்தின் ஜென்ம சுபாவத்தின் படியே, தனது மானம் நிர்வாணம் - வெளிப்படும் அளவிற்கு குடித்து

வெறித்திருந்தான். ஆனால் கடவுள் தமது முயற்சியை விட்டுவிடவில்லை. தன்னால் படைக்கப்பட்ட மனுக்குலத்தின் மீது அதிக கரிசனை உடையவராகவே இருந்தார். கடவுளுக்கு ஏற்கனவே ஒரு குமாரன் இருந்தார். அவரை அதிகமாக நேசித்தார். அதற்கு மேலும் தன் குடும்பம் மிகப் பெரியதாக இருக்க வேண்டும் என்பதாக விரும்பிய காரணத்தால் தான், தான் படைத்த தமது பிள்ளைகளாகிய மனுக்குலத்தை விட்டுவிட அவர் விரும்பவில்லை.

கடவுளின் தீர்வு ஆபிரகாமிலிருந்து ஆரம்பமாகிறது. தத்துவஞானிகள் இதனை 'தனிப்பட்ட அக்கறை மீதான அவதூறு (scandal of particularity) என அழைக்கின்றனர். யூதர்களைமட்டும் கடவுள் தெரிந்து கொண்டு செயல்படுவது என்பது நியாயமற்றது. சீனர்களைக் கொண்டு சீனர்களைக் காப்பாற்றகூடாது? அமெரிக்கர்கள் மூலம் அமெரிக்கர்களை, பிரிட்டிஷ் காரர்களைக் கொண்டு பிரிட்டிஷ்காரர்களைக் காப்பாற்றக் கூடாது? கடவுளின் மீட்டெடுக்கும் பணி ஒருகுற்றமுடையதாக நமக்குத் தோன்றுகிறது. வில்லியம் நார்மன் ஈவர் (William Norman Ewer) என்ற கவிஞர்.

"கடவுள் யூதரைத் தெரிந்தாரே

சமத்துவம் அதிலில்லை அறிவோமே"

என்கிறார். பின்னர் சிசில் பிரௌவே அக்கவிதையின் இரண்டாம் வசனங்களை சேர்க்க தீர்மானித்து இப்படியாக எழுதினார்.

எனினும் யூதரை ஒதுக்கி யூதக் கடவுளைத் தெரிந்திடல் முற்றிலும் சமநிலை அற்றதுவே' - என்று எழுதியுள்ளார். கடவுளின் அணுகுமுறையை - எளிதான ஒரு குடும்ப சூழ்நிலை விளக்கம் செய்யலாம். ஒரு தகப்பன் தன் மூன்று பிள்ளைகளுக்கும் அவர் மூன்று இனிப்புகள் வாங்கிச் செல்ல தீர்மானிக்கிறார்.

அவர் மூன்று சாக்கலேட்டுகளை வாங்கி வந்து ஒவ்வொருவரிடமும் ஒன்றைக் கொடுக்கலாம். அல்லது ஒரு பையில் இனிப்புகளைக் கொண்டுவந்து ஒரு பிள்ளையிடம் கொடுத்து தங்களுக்குள்ளே பங்கிட்டுக் கொள்ளவும் செய்யலாம். முதலாவதானது அமைதியும் சமாதானமும் ஆன ஒன்று என்றாலும், அவர்களை ஒருவரோடொருவர் சம்மந்தப் படுத்திக் கொள்ளாமல் தனித்தனவர்களாக வழிநடத்துவதாக இருக்கும். இரண்டாம் அணுகுமுறை ஒரு குடும்பமாக ஒருவருக்கொருவர் கூட்டாக இணைந்து செயல்பட அதிகமாக, ஊக்குவிக்கும்.

கடவுளின்வழி இதன் காரணமாகத்தான் தன் மகனை ஒரு யூதனாக உலகில் வரவிடுவது சித்தமாக இருந்தது. யூதர்களிடத்தில் கடவுளின் ஆசீர்வாதத்தை அனைத்து மக்களோடும் கூட்டாக குடும்பமாக பகிர்ந்துகொள்ளச் சொன்னார். தனித்தனி தேசங்களாக அவர்கள் இருக்க தேவன் வழிநடத்தவில்லை. அவர் யூதரைத் தெரிந்து கொண்ட காரணம் உலகமக்கள் அனைவரும் யூதர்கள் மூலமாகத்தான் கடவுளின் ஆசிர்வாதம் தங்களுக்கு கிடைக்க முடியும் என்பதை அறிந்து கொள்வதற்குத்தான்.

இதற்காகத்தான் கடவுள் தம்மை ஆபிரகாம் ஈசாக்கு, யாக்கோபின் தேவன் என்று பழைய ஏற்பாட்டில் கூறிக்கொள்கிறார். அடிப்படையில் 12 - 50 வரையிலான அதிகாரங்கள் நான்கு மனிதர்களைக் கொண்டுதான் விவரங்களைக் கொடுப்பதாக உள்ளன. இவர்களின் மூவர் ஒரு கூட்டாகவும், யோசேப்பு தனியாகவும் பங்களிக்கப்படுகிறார். யோசேப்பைக் குறித்து நாம் விவரமாக ஆராய்கையில் இதன் காரணத்தை நாம் வெளிப்படையாகப் புரிந்து கொள்ளலாம்.

கட்டப்பட்டுள்ள கதைகளின் ஊடாகப் பார்க்கையில் முதல் மூன்று பேர்க்கும் தங்கள் உறவினர்களை

விட வேறுபாடு உள்ளவர்களாகக் காணப்படுகிறார். ஆபிரகாமுக்கு லோத்தும், ஈசாக்கிற்கு இஸ்மவேலும், யாக்கோபுக்கு தனது இரட்டைபிறவியான சகோதரன் ஏசாவுமாக எதிராளிகளாக உள்ளனர். உறவுமுறை மருமகன் என்று தொடங்கி இரட்டை பிறவிச் சகோதரன் வரை நெருக்கமாகச் செல்கிறது. இன்னமும் இரண்டுவம்சங்கள் மனித குலத்தில் ஒன்றுக்கொன்று முரண்பட்டதாகக் காணப்படுவதைக் கர்த்தர் காட்டுகிறார். சொல்லப்பட்ட கதைகள் நாம் இந்த இரு வம்சங்களின் ஏதேனும் ஒன்றைச் சார்ந்திருக்கும் படியாக ஏவுகிறது. நீங்கள் யாக்கோபுவா?

ஏசாவா? ஈசாக்கா அல்லது இஸ்மவேலா ஆபிரகாமா அல்லது லோத்துவா?

இந்த கதைகள் உண்மையானவைகளா?

Are these stories real?

சிலர் பழைய ஏற்பாட்டு அதிகாரங்கள் பழங்காலக் கட்டுக்கதைகள் அல்லது சகாப்தங்கள் என்கிறார்கள். அவைகளில் அணுவளவு உண்மையிருப்பினும் அவை வரலாற்று பூர்வமாக உறுதிப்படுத்தப்பட முடியாது. இந்த மக்கள் கதைகள் என்பன சமீப கால இலக்கியத்தின் ஒருவகையே என்பதை மக்கள் மறந்து விடுகிறார்கள். ஆபிரகாமின் நாட்களில் புதினங்கள் பற்றி முற்றிலும் யாருக்கும் கொஞ்சமும் தெரியாது. கண்டு உருவாக்கின கட்டுக்கதைகள் எழுதுவது அக்காலத்தில் இருந்ததாக எண்ணுவதில் எந்த பயனும் இல்லை. உண்மையிலேயே ஏதாவது ஒரு கதாநாயகனைப் பற்றிய கதையை உருவாக்க வேண்டுமென்றால் அக்கதையில் சந்தேகமின்றி பல அற்புதங்களை அவற்றோடு சேர்த்து எழுத வேண்டும். ஆதியாகமத்தில் எந்த வித அபூர்வங்களோ அற்புதங்களோ பதிவு செய்யப்படவில்லை. யாத்திராகம

நூலில் டஜன் கணக்கில் ஏராளமான அற்புதங்கள் காணப்படுகின்றன. ஆனால் ஆதியாகமத்தில் மிகக் குறைந்தவைகளே உள்ளன. எனவே ஒரு காவியம் என்பது அநேக அற்புதமானவைகளும் மாய மந்திர நிகழ்வுகளும் உடையதாக இருக்க வேண்டும்.

மேலும் ஆதியாகம விவரங்களிலே, அந்நாட்களில் இல்லாத ஒன்றும் குறிப்பிடப்படவில்லை. (no anachronism) இந்த கதைகளில் காணப்படும் அக்கால நாகரீகத்தில் பயன்படுத்தப்பட்ட பல பொருட்கள் புதைப் பொருள் ஆராய்ச்சியில் காணப்பட்டு அவையாவும் உண்மை என நிரூபணம் செய்வதாக உள்ளன.

இந்நூலில் உள்ள இயற்கை விளக்கத்திற்கு உட்படாத ஒரு அம்சமாக தேவதூதர்களின் போக்கு வரவு குறிப்பிடப்பட்டுள்ளது. ஆனால் இது வேதாகமம் முழுவதும் பரவிக்கிடக்கின்ற ஒரு அம்சமாக உள்ளது. தேவதூதர்களின் நடமாட்டம் ஒரு பிரச்சினைக்குரிய அம்சமாகத் தோன்றினால் முழுவேதாகமும் அவ்வாறானதாகவே நமக்குத் தோன்றுவதாக இருக்கும், அனைத்துக்கும் அப்பால், இந்த கதைகள் யாவும் மிகச் சாதாரணமானவை, - சாதாரண மக்களின் பிறப்பு, அன்பு பரிமாற்றங்கள், திருமண பந்தங்கள், குழந்தைப்பேறு, மரணித்தல் - பற்றிய சாதாரணமான வாழ்வின் நிகழ்வுகள் பதிவாகியுள்ளன. அவர்கள் ஆடுமாடுகளை வளர்த்தது, பயிர் செய்தது ஆகியவையும் சாதாரண வாழ்க்கை நிகழ்வுகளே, அவர்கள் தங்களுக்குள் முரண்படுகிறார்கள், சண்டையிட்டுக் கொள்கிறார்கள், கூடாரங்களை ஆங்காங்கே கட்டித் தொழுதுகொள்ளுகிறார்கள். இவ்வளவும் இயற்கையாக மிகச் சாதாரண மக்கள் கூட்டத்தின் செயல்பாடுகளும் அனுபவங்களுமாகவே உள்ளன.

ஏன் கடவுள் யூதர்களைத் தெரிந்து கொண்டார்?

இந்தக் கதைகளில் உள்ள ஒரு வித்தியாசமான, விசேஷித்தக் காரியம் என்னவென்றால் கடவுள் மனிதர்களோடும், அவர்கள் அவரோடும் சம்பாஷணை செய்வதுதான். எனவே பிரபஞ்சங்களையெல்லாம் படைத்த தேவன், ஆபிரகாமை தனது விசேஷித்த சிநேகிதனாகக் கொண்டார். உண்மையில், அவரை ஆண்டவர், ஆபிரகாமே என் நண்பனே என்றுதான் அழைக்கிறார். இதைத்தான் குறிப்பிட்ட ஒன்றின் பாரபட்சத்தின் அவதூறு (Scandal of particularity) என்கிறார்கள். தனிப்பட்டவர்களை நண்பர்களாக பாவிக்கும் ஒருவரைக் கடவுளாக, மக்கள் ஏற்றுக் கொள்வதில்லை, ஒருவிதத்தில் அத்தகைய நட்பு பொருத்தமில்லாத ஒன்றாக மக்கள் கருதுகின்றனர். ஆனால் வேதாகமத்தில் இதுதான் உண்மையான நிகழ்வாக பதிக்கப்பட்டுள்ளது.

மிகப் பெருங்கேள்வி என்னவென்றால் - ஏன் கடவுள் தம்மை ஆபிரகாம், ஈசாக்கு, யாக்கோபு என்பவர்களின் கடவுளாகத் தன்னை அடையாளம் காட்டுகிறார்? இந்த கேள்வி, தேசங்களாலும், பிற மக்களாலும், காலங்களாக கேட்கப் படுவதாக உள்ளது. யூதர்கள் மட்டும் விசேஷித்தவர்களா? அவர்தான் தெரிந்தெடுக்கப்பட்டவர்களா? ஏன் நாங்கள் தெரிந்து கொள்ளப்படவில்லை? என்கிறார்கள். இதற்கான பதில் கடவுளின் ராஜரீக தெரிந்தெடுத்தலில் அடங்கியுள்ளது. குறிப்பிடப்பட்ட அந்த மூன்று மனிதர்களும், கடவுளிடத்தில் இயற்கையான எந்த கோரிக்கைகளும் வைத்திருக்கவில்லை. அவர்களோடு வெகுசாதாரணமாக, சுதந்திரமாக தமது நட்புறவைத் தொடக்கினார். கடவுள்தாமே இதைச் செய்தாரேயன்றி அவர்கள் எவரும் தங்களால் அந்த நட்புறவு தேவனோடு உண்டானது என்று கூறவே முடியாது. உண்மையில்,

ஒவ்வொரு தலைமுறையிலும் எவ்வாறு இயற்கையான வாரிசுரிமை திசைத்திருப்பப்பட்டது என்பது ஆச்சரியத்துடன் சிந்திக்கக் கூடிய ஒன்றாகும். சாதாரணமாக, குடும்பத்தின் மூத்த பிள்ளைக்குத்தான் தகப்பனின் சொத்துக்கள் வாரிசுரிமையாக (Rights of inheritance) வந்து சேரும். ஆனால் ஒவ்வொரு தலைமுறையிலும், கடவுள் மூத்தவனைத் தெரிந்து கொள்ளாமல் இளையவனுக்கு அந்த வாரிசுரிமையை மாற்றித்தருகிறார். அவர் மூத்தப்பிள்ளை இஸ்மவேலுக்குப் பதிலாக ஈசாக்கையும் ஏசாவுக்குப் பதிலாக யாக்கோபையும் தெரிந்து கொள்ளுகிறார். எனவே மூத்தகுமாரன் மூலமான நேரடியான வம்சாவளி இணைப்பு என்பது கேள்விக்கு உட்பட்டதாகும். ஈசாக்கோ, யாக்கோபோ தலைப்பிள்ளைகள் அல்ல. இருந்தபோதிலும், அவர்கள் சுதந்தரித்துக் கொண்டதெல்லாம் இலவசமாக கடவுளிடமிருந்து பெற்றவைகளே.

மிகவும் ஆச்சரியத்திற்குட்பட்ட உண்மை என்னவென்றால் இந்த மூன்று மனிதர்களில் எவரும் தன்னை கடவுள் மீது தங்களுக்கு நியாயமான உரிமை உண்டு என்று (Moral claim) கூறிக்கொள்ள முடியாது. ஏனெனில் வேறு எவரையும்விட தாங்கள் கறைபடாத ஒழுக்க சீலர்கள் எனக் கூறிக்கொள்ள இயலாதவர்களாக இருந்தனர். உண்மையில் வேதம் இவர்கள் ஒவ்வொருவரும் இக்கட்டான சூழ்நிலைகளில் எவ்வாறு பொய் பேசினார்கள் என்பதைத் தெளிவாகக் காட்டுகிறது.

ஆபிரகாமும், ஈசாக்கும் தங்களைக் காப்பாற்றிக் கொள்ள தங்கள் மனைவிகளைக் குறித்தே பொய் பேசியிருக்கிறார்கள். இந்த மூவரில் யாக்கோபு மிகவும் மோசமானவர் - இந்தமூவரும் பொய்யர்களாக மாத்திரமின்றி, ஒன்றுக்குமேலான

மனைவிகளை வைத்திருந்தவர்களாகவும் இருந்தார்கள். நம்மைப் போல இந்த மூன்று மனிதர்களும், சாதாரணமானவர்களாகவும், எல்லாவித பலவீனங்களும் உடையவர்களாகவும் இருந்தனர்.

அந்த மூவரிடத்திலுமிருந்த, அனைவரிலும் பிரித்தெடுத்துக் காட்டும் ஒரே ஒருபண்பு அவர்களின் பரிபூரண விசுவாசமே. அவர்கள் கடவுளில் அலாதியான, அபரிமிதமான விசுவாசம் கொண்டிருந்தனர். உண்மையில் விசுவாசிக்கிறவர்களுக்கு கடவுள் அதிசயங்களை செய்ய வல்லவர். ஒருவன் நல்லவனாக இருப்பதிலும் தம்மில் விசுவாசம் வைக்கிறவன் மீது கடவுள் விருப்பம் கொள்கிறார். ஆபிரகாமிடம் அவனுடைய விசுவாசம் அவருடைய 'நீதியின் புத்தகத்தில்' இடம் பெற்றுள்ளது என்று கடவுள் தாமே கூறியிருக்கிறார். விசுவாசமில்லாமல், நல்லவனாக இருப்பதைமாத்திரம் கடவுள் ஒரு பொருட்டாகக் கருதுவதில்லை.

தங்களுடைய ஆண்தன்மையிலும், உணர்வுகளிலும் வித்தியாசப்பட்டிருந்தாலும், ஈசாக்கும், யாக்கோபும், கடவுள் விரும்பும் அந்த 'விசுவாசத்தை' கொண்டவர்களாக இருந்தனர். இந்த மூன்று மனிதர்களிடையே பொதுவாகக் காணப்பட்ட ஒருபெரும் பண்பு 'விசுவாசமே'.

முற்பிதாக்களின் விசுவாசம்:

(The faith of the patriarchs)

கல்தேயர்களின் ஊர் தேசத்தைவிட்டு கிளம்பிச் செல்கையில் ஆபிரகாமின் விசுவாசம் விசேஷமுடையதாய் வெளிப்படுகிறது. ஊர் நகரம் மிகக் கவர்ச்சியானதும், உயர்தரமானதும் உலகின் பல்வேறு முன்னேற்றமடைந்த பகுதிகளில் ஒன்றாகவும் விளங்கியது. ஆனால் கடவுள் ஆபிரகாமிடம், அவன் வாழ்வின் எஞ்சிய பகுதி முழுவதும் ஒரு கூடாரத்தில்

வசிக்க வேண்டும் என தாம் விரும்புவதாகக் கூறினார். நம்மில் அநேகர் சகல வசதிகளும் கூடிய நகரத்தை விட்டு மலைகளிலே, குளிரும் பனியும் கொட்டுகின்ற குளிர் நாட்டில் ஒரு கூடாரத்தில் போய், 75 வயதுள்ள நிலையில் வாழ்ந்திருக்க சம்மதிக்கமாட்டோம். முன் எப்போதும் பார்த்திராத ஒரு நாட்டிற்கு, இனி எப்போதும் மீண்டும் காணக்கூடாதபடி வாழ்ந்து கொண்டிருக்கும் நாட்டைவிட்டு செல்லும்படியாக கடவுள் ஆபிரகாமிடம் கூறினார். ஆபிரகாம் தனது குடும்பத்தாரையும், நண்பர்களையும் விட்டுவிட்டுச் செல்ல வேண்டும் எனக் கட்டளையிட்டிருந்தார். (ஆனால் ஆபிரகாம், தனது தகப்பனையும், தன்குடும்பத்தின் அங்கத்தினர்கள் சிலரையும் ஹாரான் வரை அழைத்துச் சென்றார். பின்னர் அங்கிருந்து தனது சகோதரன் மகனாகிய 'லோத்'தை மட்டும் கூட்டிச் சென்றார். ஆபிரகாம் கீழ்ப்படிந்தான். தனது மனைவியாகிய சாராள் 90வயது நிரம்பியவளாக இருந்தபோதும், கடவுள் அவரிடம் அவனுக்காக ஒரு குமாரன் பிறப்பான், என்று கூறியதை முழுமையாக நம்பி விசுவாசித்தான். (அந்த மகன் பிறந்து வந்தபோது அவனை நகைப்பு (சிரிப்பு) என அழைத்தார்கள். சிரிப்பு என்பதற்கு எபிரேயத்தில் ஈசாக்கு என்று பொருளாம். அந்த வயதில் அவளுக்கு ஒரு குமாரன் பிறப்பான் என்பதைக் கேட்டு சாராள் அதிகமாக நகைத்தாள் என்று வேதம் சொல்லுகிறது.

ஆபிரகாமின் விசுவாசம் காலஞ்செல்லச் செல்ல பலத்த தாக்குதல்களை அடைந்தது. 11 வருடங்கள் கடந்தும் கடவுளின் வார்த்தையின்படி இன்னமும் தனக்கு ஒரு பிள்ளைப் பிறக்கும் என்ற எந்த அறிகுறியும் தென்படாத போது, சாராளின் விருப்பத்திற்கிணங்கி அவளின் வேலைக்காரி ஹாகார் மூலமாக தனக்கு சந்ததியை ஆபிரகாம் தேடினார். வேதாகமம் மிகத் தெளிவாக இஸ்மவேல்

விசுவாசத்தினால் பெற்ற பிள்ளையாக இல்லாமல், மாம்சத்தின்படி பிறந்த பிள்ளையாக இருக்கிறார். என்று கூறுகிறது. இஸ்மவேலை கடவுள் தேர்ந்துகொள்ளவில்லை. (ஆனாலும் கடவுள் இஸ்மவேலையும் தலைமுறைகளாக ஆசிர்வதித்து வருகிறார். அந்த மக்கள் கூட்டம்தான் இந்நாளிலுள்ள அரபிய மக்கள் என அறிகிறோம்)

ஈசாக்கு பிள்ளையாக வந்தபோதே ஆபிரகாம் தனது விசுவாசத்தை - அவனை கர்த்தருக்கு பலி செலுத்துவதற்கு ஆயத்தப் படுத்தியது மூலமாக - நன்கு வெளிப்படுத்தினார். தமது மகனாகிய ஈசாக்கைப் பலியிட ஆபிரகாம் முன்வந்தான், என வேதாகமம் சொல்லுகிறது. ஏனெனில் கடவுள் தான் பலியிட்ட பின்னரும் தன் மகனை உயிரோடு எழுப்பித்தர வல்லவர் என்பதைத் திட்டவட்டமாக நம்பிக்கைக் கொண்டிருந்தார். முன் எப்போதும் கடவுள் இவ்வாறு செய்ததாகக் கேள்விப் படவில்லை என்றாலும் கடவுள் பேரில் அவர் வைத்திருந்த விசுவாசமே அதைச் செய்ய வைத்தது. தன்னுடைய வயது சென்ற உடலிலிருந்து ஒரு உயிரை உருவாக்க (ஈசாக்கு) தேவனால் முடியும் என்றால் தன்மகன் பலியிடப்பட்டுவிட்டாலும் அவனுக்கு உயிரை மீண்டும் தர தேவன் விரும்பினால் அவ்வாறு செய்ய வல்லவராயிருக்கிறார் என்று விசுவாசித்திருந்தான்.

ஈசாக்கை பலியிடுவது போன்ற பட விளக்கங்களில், ஈசாக்கை ஒரு 12 வயது சிறுவனாக ஓவியங்கள் வரைந்திருப்பார்கள். ஆனால் ஈசாக்கை பலியிடும் நிகழ்வுக்கு அடுத்ததாக சாராள் தனது 127 வயதில் மரணமடைகிறாள். அப்படியானால் அப்போது ஈசாக்கின் வயது 37 ஆக 40 ஐ நெருங்குவதாக இருந்திருக்கும். ஆகவே அந்த வயதில், தான் கொலையுண்ணபடாதவாறு இயல்பாக தடுத்து

நிறுத்தியிருக்கலாம். ஆனால் அவர் அப்படிச் செய்யாமல், ஆண்டவருடைய சித்தத்தின்படி தனது விசுவாசத்தின்படி தன்னை பலியிடப்படுவதற்கு தாழ்த்தி ஒப்புக்கொடுத்தார். (பலியிடப்பட மோரியா மலை தெரிவுசெய்யப்பட்டது ஒரு சிறப்பு குறிப்பினை நமக்குத் தருவதாக உள்ளது. பின்னாளில் அந்த மலைப் பகுதித்தான் கல்வாரியாக கொல்கதாவாக இருந்தது முக்கியத்துவம் வாய்ந்தது. ஈசாக்கும் தனது விசுவாசத்தை வேறு வழிகளில் வெளிப்படுத்துகிறார். தலையாயதாக ஆபிரகாமின் ஊழியக்காரன் தனக்காக பெண்தேடிச் சென்றபோது அவர் அந்த பணியினை செய்து முடிப்பார் என்று ஈசாக்கு முழு நம்பிக்கை கொண்டிருந்தார்.

யாக்கோபுக்கும் விசுவாசம் இருந்தது. ஆனால் ஆரம்பத்தில் இது தன் மீதே உள்ள விசுவாசமாகத்தான் இருந்தது. வேதாகமத்தில் உள்ளபடி தனது ஏமாற்றும் தன்மையாலும் திட்டமிட்டும், தனது தகப்பனை வஞ்சித்து ஏசாவுக்கு கொடுக்கப்பட வேண்டிய ஆசீர்வாதங்களையெல்லாம் தந்திரமாகப் பெற்றுக் கொண்டான். ஆனால் தன் அண்ணன் ஏசா தனக்கே உரியதான சேஷ்டபுத்திர சிலாக்கியத்தை அலட்சியப்படுத்தியபோது இவன் விரும்பிப் போற்றி அந்த ஆசீர்வாதத்தைப் பெற்றுக்கொண்டான். பின்னாளில் அவனது வாழ்நாளில் கடவுள் அவனை உடைக்க வேண்டியிருந்தது. அந்த நாள்முதல் தன் வாழ்நாளெல்லாம் - கர்த்தரோடு இரவு முழுவதும் போராடிய பின்னர் - விந்திவிந்தி நடக்க வேண்டியதாக இருந்தது. ஆனால் அதுதான் யாக்கோபின் விசுவாச வாழ்விற்கான திருப்புமுனையாக அமைந்தது. அந்த நேரம் முதல் கடவுளின் வாக்குறுதிகளை விசுவாசித்துப் போற்றினான். அதன் விளைவாக, அவனது 12 குமாரரும் 12 கோத்திரங்களானார்கள்.

இந்த மூன்று மனிதர்களும், தங்களுடைய பலவீனங்கள், தோல்விகள் இருந்த போதிலும், கடவுள்மேல் வைத்திருந்த விசுவாசத்தினால் சுடர்விட்டு பிரகாசிக்கிறார்கள். தங்களுடைய உறவினர்களைக் காட்டிலும் நேரெதிராக விசுவாசம் உள்ளவர்களாக இருந்தனர். மாம்சத்தின் மக்களாக இல்லாமல், விசுவாசத்தின் மக்களாக இருந்தனர்.

லோத்து ஓர் உலகப்பிரகாரமான மனிதன். வறண்ட மலைப்பகுதியில் வாசம் செய்வதைவிட, மிகச் செழிப்பான கண்ணுக்கு இனிமையான யோர்தானின் பள்ளத்தாக்குப் பகுதியைத் தெரிந்து கொண்டான். அவன் தன் கண்ணின் காட்சியை நம்பினான். ஆபிரகாமோ விசுவாசக் கண்ணோட்டத்துடன் மலைப்பகுதியில் தான் வசிக்க நேரிட்டாலும், கடவுள் தங்களோடு இருப்பார் என விசுவாசித்தார். ஏசா தன் தகப்பனின் ஆசீர்வாதத்தைப் பெறுவதைவிட உடனே தேவையான ஒரு கோப்பை கூழைப் போதுமானதாக எண்ணினவன். எபிரேய நிருபம், ஏசாவைப் போல நாம் இருந்துவிடக்கூடாது என வலியுறுத்துகிறது. ஏசா தகப்பனுடைய ஆசிர்வாதத்தைவிட ஒரு கோப்பைக் கூழை தனக்காகத் தெரிந்துகொள்ள தீர்மானித்துவிட்டான். அவன் பிறபாடு தனது சேஷ்ட புத்திர சிலாக்கியத்தை விற்றுப் போட்டதை எண்ணி அதிகமாய் மனம் வருந்தினவனாகி, உண்மையான மனம் திரும்புதல் இல்லாமலேயே அழுகையோடே தனக்குரிய ஆசீர்வாதத்தைப் பெற்றுக் கொண்டான். இப்படிப்பட்ட ஏசாவைப்போல் நாம் இருக்ககூடாது என எபிரேயருக்கு எழுதப்பட்டுள்ள நிருபம் நமக்கு கூறுகிறது. எனவே விசுவாசிகளுக்கும், மாம்சமானவைகளைத் தெரிந்து கொண்ட விசுவாசிகளின் உறவினர்களும் இடையில் அறுதியான வேறுபாடு உள்ளது. இந்த

வேறுபாடு இந்நாள் வரை குடும்பங்களுக்கு ஊடாக இருந்து வருகிறது.

இந்த வேறுபாடு அவர்களின் மனைவிகளிடையேயும் காணப்படுகிறது. சாராள், ரெபேக்கா, ராகேல் ஆகியோரிடம் பொதுவான ஒரு பண்பு காணப்படுகிறது. அவர்கள் மூவரும் பேரழகிகள். விசுவாசிகளின் மனைவிகளை அவர்களிடம் மிகச்சிறந்த உள்ளான நற்குணம் இருந்தது. தங்கள் கணவர்களுக்கு கீழ்ப்படிந்து நடந்தார்கள். மற்ற உறவினர்களின் மனைவிகளின் பண்புகளோ விசுவாசிகளின் மனைவிகளின் பண்புகளுக்கு நேர் மாறாக இருந்தது. உதாரணமாக லோத்தின் மனைவி வளமிக்க தங்கள் வாழிடத்தை விட்டு கடவுளால் பாதுகாக்கப்படும் பொருட்டு வெளியேற்றப் பட்டபோது, திரும்பி பார்த்து இந்நாள் வரை கடவுளின் நியாயத்தீர்ப்புக்கு இணங்க உப்புத்தூணாய் மாற்றப்பட்டவளாக இருக்கிறாள்.

பாகம் V: ஆபிரகாம் ஈசாக்கு, மற்றும் யாக்கோபு

ஆபிரகாம்: Abraham

விசுவாசிகளான இந்த மூன்று மனிதர்களைப் பற்றி விவரமாகக் காண்போம். கடவுள் ஆபிரகாமுக்கு இந்நாள்வரை கிறிஸ்தவர்கள் சார்ந்திருக்கும்படியான, ஒரு வாக்குதத்தத்தை அருளினார். கடவுள் படைப்பை ஒரு மனிதனில் துவங்கி, மீட்பையும் ஒரே மனிதனால் நிறைவேற்றினார். கடவுள் ஆபிரகாமோடு செய்த உடன்படிக்கை வேதாகமத்தின் ஊடே தொடர்ந்து இயேசுவிலே முடிவடைகிறது. இயேசு கர்த்தருடைய விருந்தின் மூலம், தம்மை நினைவு கூரும் படியாக புதிய உடன்படிக்கையைச் செய்தார்.

'உடன்படிக்கை' என்ற வார்த்தையின் பொருளை, நன்கு உணர்ந்து கொள்ளுதல் மிக அவசியம். சிலர் இதை வியாபாரத்தில் நிகழ்வதுபோல, இரு சரிசமமான சக்தியுடைய இருபிரிவினரிடைய நிகழும் 'உடன்பாடாக' (contract) தவறாக அர்த்தங் கொள்ளுகிறார்கள். 'உடன்படிக்கை' (convenant) என்பது முழுமையாக ஒருபிரிவின் மற்றொரு பிரிவினரை ஆசீர்வதிப்பதற்காக செய்யப்படுவதாகும் - மற்ற பிரிவினருக்கு இரண்டு வாய்ப்புகள் உள்ளன. ஒன்று அந்த உடன்படிக்கையின் நிபந்தனைகளை ஏற்றுக் கொள்வது அல்லது அவைகளைப் புறக்கணிப்பது அவர்களால் அவைகளை மாற்றமுடியாது. கடவுள் உடன்படிக்கை செய்யும்போது அதைக் கடைசி மட்டும் உறுதியாய்க் காப்பாற்றுகிறார். தாமே அதை ஆணையிட்டுக் கொடுக்கிறார். ஒரு மனிதன் உடன்படிக்கை செய்யும் போது கடவுளின் பெயரால்

நான் இதைச் செய்வேன் என்று வாக்களிக்கிறான். ஆனால் கடவுள் 'நானே என் பெயரால் இதைச்செய்வேன் என்று வாக்களிக்கிறேன்' என்கிறார். ஏனெனில் அவர் யார்மேலாவது ஆணையிட்டுக் கொடுக்க அவரிலும் மேலானவர்கள் யாருமில்லை, ஆகவே கடவுள் தம்மீதே ஆணையிடுகிறார். அவர் கூறுவதெல்லாம் சத்தியம், முழுமையான சத்தியம், சத்தியத்தை தவிர வேறில்லை.

ஆபிரகாமும் வாக்குறுதியைத் தரும்போது ஒருமணவாளன் தன் மணவாட்டியை மணந்து கொள்ளும் போது கொடுப்பது போல 12-ஆம் அதிகாரத்தில் 6 முறை தமது நோக்கத்தை 'நான் இதைச்செய்வேன்' என்று திரும்ப திரும்பக் கூறி உறுதிபடுத்துகிறார். உண்மை என்னவென்றால் இந்த பிரபஞ்சங்களின் தேவன் இந்த குறிப்பிட்ட குடும்பத்தை தாமே மணந்து கொண்டார். தமது முதல் வாக்குதத்தமாக அவர்கள் வசிப்பதற்கான ஒரு நிலப்பகுதியை வீடாகத் தருகிறார். அவ்விடம் உலகின் கண்டங்கள் சந்திக்கும் இடமாக உலகின் மையப் பகுதி நிலமான எருசலேமைக் குறிக்கிறது. ஆப்ரிக்கா, ஆசியா, அரேபியா, ஐரோப்பா ஆகிய நாடுகளின் கூட்டு ரோட்டில் எருசலேம் உள்ளது. இவ்விடம் எபிரேயத்தில் ஆர்மகெடான் (Armageddon) குன்றுகளின் அருகே அமைந்துள்ளது. ஆர்மகெடான் என்பதின் பொருள் உலகத்தின் கூட்டுரோடு என்பதாகும். கடவுள் உறுதியோடு ' 'இவ்விடத்தை உங்களுக்கு நித்தியகாலமாய் தரப்போகிறேன்' என அவர்களிடம் கூறியிருந்தார். யார் என்ன கூறினாலும் அவர்கள் அந்த இடத்தின் பெயர் பத்திரத்தை தங்களிடம் வைத்துள்ளனர். ஏனெனில் கடவுள்தாமே ஆபிரகாமுக்கும் அவன் சந்ததிக்குமாக சதா காலமாய் அவர்களுக்கு அளித்து விட்டார்.

தமது இரண்டாவது வாக்குதத்தமாக, அவர்களுக்கு இந்த உலகம் நிலைத்திருக்கும் வரை ஆபிரகாமுக்கு சந்ததிகளை உண்டு பண்ணுவேன் என்று வாக்குதத்தம் அருளியிருந்தார். ஆபிரகாமும் சாராளும் வயது சென்றவர்களாக இருந்தபோதிலும், இந்த வாக்குதத்தத்தை அவர்களுக்கு அருளியிருந்தார்.

மூன்றாவது வாக்குதத்தம் மற்ற எந்த நாட்டையும் யூதர்களைக் கொண்டு சபிக்கவோ ஆசீர்வதிக்கவோ கூடும் என்பதாகும். கர்த்தர் யூதர்களை அழைத்தக் காரணம், அவர்கள் யாவருடனும் கடவுளின் மகத்துவங்களைப் பகிர்ந்து கொள்வதற்காகவே. இருவழிகளிலும் பயன்படுவதற்காகவே கர்த்தர். யூதர்களைத் தெரிந்து அழைத்தார். கர்த்தர் ஆபிரகாமுடன் சொன்னார்: உங்களை சபிக்கிறவர்கள் சபிக்கப்படுவார்கள்; உங்களை ஆசீர்வதிக்கிறவர்கள் ஆசீர்வதிக்கப்படுவார்கள்.

முதலாவதாக, இதற்கு கடவுள் ஒவ்வொரு யூதனும், இந்த உடன்படிக்கையின்படி பிறந்தவர்கள் என்பதற்கு அடையாளமாக, தன்னை விருத்தசேதனம் பண்ணிக் கொள்ள வேண்டும். இரண்டாவதாக கடவுளுக்கு கீழ்ப்படிந்தவராக ஆபிரகாம் ஒவ்வொன்றையும் கடவுளின் சித்தப்படியே செய்ய வேண்டும் என எதிர்பார்த்தார்.

இந்த உடன்படிக்கை வேதாகமத்தின் மையப் பொருளாகவும் அடித்தளமாகவும் அமைந்தது. 'நான் உங்கள் தேவனாயிருப்பேன் நீங்கள் என் ஜனமாக இருப்பீர்கள்: நான் உங்கள் தேவனாயிருப்பேன் என்று கர்த்தர் கூறியிருந்தார். இந்த வாக்குறுதி வேதாகமத்தின் ஊடாகக் பல இடங்களில் வெளிப்படுத்தின விசேஷம் கடைசிப்பகுதி வரையில் வலியுறுத்தப்பட்டுள்ளது. கடவுள் நம்மோடு பொருந்தியிருக்க விரும்புகிறார். வேதாகமத்தின் இறுதியில் கடவுள் தாமே

பரலோகத்திலிருந்து வெளிப்பட்டு பூமிக்கு வந்து நம்மோடு புதிய பூமியிலே சதாகாலமும் வாசம் பண்ண விரும்புகிறார்.

ஈசாக்கு (Isaac)

நாம் ஈசாக்கின் தந்தையான ஆபிரகாம், மகன் யாக்கோபு என்பவர்களைப் பற்றி அறிந்து கொண்டிருப்பதைவிட இவரைக்குறித்து மிகவும் குறைவாகத்தான் அறிந்துள்ளோம். ஆனால் இவர்தான் மற்ற இருவருக்குமிடையே மிக முக்கியமான இணைப்பாக இருக்கிறார். அவருடைய விசுவாசம், கடவுள் தெரிந்தெடுத்து கொடுத்த மனைவியை ஏற்றுக் கொள்வதிலும், பஞ்சகாலத்தில் கானான் தேசத்தில் குடியிருந்ததிலும், வாக்குறுதியின் படியல்லாமல் தனக்கு சொந்தமாயிராத நாட்டை தன் மகனுக்காக விட்டுச் சென்றதிலும் வெளிப்படுகிறது. முதிர் வயதில் தன் கண்பார்வை அற்றுப் போனதினால், அவருடைய குடும்பத்தாராலேயே அவர் ஏமாற்றப்பட்டது உண்மையிலேயே வருத்தப்பட வேண்டியதாக உள்ளது.

யாக்கோபு (Jacob)

மூவரில் மிகவும் செல்வாக்கும் செழுமையும் உடையவராக யாக்கோபு காணப்படுகிறார். பிறக்கும்போது கூட அண்ணன் ஏசாவின் குதிகாலைப் பிடித்துக் கொண்டு, ஆரம்பம் முதலே அவனுக்குரியவற்றைப் பற்றிக் கொண்டவராக இருந்திருக்கிறார். ஏசா, தற்போது நாம் பெட்ரா (Petra) என அழைக்கும் பிரதேசத்தில் வசிக்க சென்றார். இன்றும் கூட அவ்விடத்தில் சிவப்பு மணற்கற்களிலே செதுக்கப்பட்ட வியக்க வைக்கும் கோவில்களை நாம்

காண முடிகிறது. அந்த இடத்தில்தான் ஏசா ஏதோம் என்னும் நாட்டை உருவாக்கியிருந்தார். இஸ்மவேல், ஈசாக் என்பவர்களின் சந்ததிகளாகிய அரபியருக்கும் யூதர்களுக்கும் இன்னும்கூட பகைமையும் பதற்றமும் இருந்து வருகிறது.

ஆனால் ஏசாவுக்கும் அவர் சகோதரன் யாக்கோபுக்கும் இடையேயான பகைமை மறைந்து விட்டது. கடைசி ஏதோமியர்கள் ராஜா ஏரோதுவின் பெயரால் அறியப்பட்டார்கள். இயேசு பிறந்த போது யூதர்களின் ராஜாவாக இருந்த ஏரோது ஏசாவின் வழிவந்தவர் என்று அறியப்படுகிறது. அந்த ஏரோது பெத்லகேமின் குழந்தைகளையெல்லாம் கொன்று யாக்கோபின் வம்சத்தில் யூதருக்கு ராஜாவாக தோன்றியிருந்த இயேசுவை குழந்தையாக இருக்கையிலேயே கொன்று போட்டுவிட எண்ணியிருந்தான்.

சுதந்திரம் (inheritance)

ஆபிரகாம், ஈசாக்கு, யாக்கோபு ஆகிய மூவரும் இறுதியும் உறுதியுமான ஓர் அசாதாரண விசுவாசத்தை வெளிப்படுத்தினார்கள். இவர்கள் மூவரும் உண்மையிலேயே தங்களுடைய உடைமையில்லாத சொத்துரிமைகளை தங்கள் குமாரர்களுக்கு விட்டுச்சென்றனர். ஆபிரகாம் ஈசாக்கிடம் அவர்களைச் சுற்றியுள்ள முழுநிலப் பகுதியையும் அவர்களுக்கு சுதந்திரமாக விட்டுச் செல்வதாகக் கூறினார். ஈசாக்கும், யாக்கோபும் அவரைச் சுற்றியுள்ள நிலப்பகுதியை அவருக்கு சொந்தமாக விட்டுச் செல்வதாகக் கூறினார். யாக்கோபும் தனது 12 குமாரர்களிடம் கானான் தேசம் முழுவதையும் சொந்தமாக விட்டுச் செல்வதாகக் கூறினார். ஆனால் இந்த மூவரில் ஒருவருக்கும் அவர்விட்டுச்சென்ற பகுதிகள் உண்மையானவைகளாக இருக்கவில்லை. ஆபிரகாம் மாத்திரம் எப்ரோன்

(Hebron) குகையை வாங்கியிருந்தான். அதிலே சாராள் அடக்கம் செய்யப்பட்டு இருக்கிறார்கள். அவர்கள் மூவரும் தாங்கள் உரிமையாக தங்கள் மக்களுக்கு விட்டுச் செல்லும் அனைத்தும் கடவுள் தங்களுக்கு கொடுத்தவை என உறுதியாக நம்பியிருந்தார்கள். மேலும் ஒருநாள் தேசம்முழுவதும் அவர்களுக்கு உரிமையானதாகும் எனவும் நம்பினார்கள்.

இவைகளையெல்லாம், பின்னால் எபிரேயர் நிரூபம் 11 ஆம் அதிகாரத்தில் நாம் வாசிக்கையில் அவர்கள் மரிக்கும் போது விசுவாசித்தலில் இன்னமும் நிலைத்திருந்தவர்களாகவே மரித்தார்கள் எனக் கண்டு கொள்கிறோம். அவர்கள் அனைவரும் விசுவாசத்தில் நிலைத்து கட்டுபட்டிருந்தனர். எனினும் அவர்களுக்கு வாக்குதத்தம் பண்ணப்பட்டிருந்தபடி எதையும் அவர் பெற்றுக் கொள்ளவில்லை. கடவுள் நமக்காக நலமானவைகளை அளிக்க திட்டமிட்டு விட்டார். அவைகள் நம்முடைய உடன்பங்களிப்பினால்தான் பூரணமடையக்கூடும். ஆபிரகாம், ஈசாக்கு, யாக்கோபு ஆகியவர்கள் மரிக்கவில்லை. அவர்களின் உடல்கள் ஏப்ரோன் (Hebron) கல்லறைகளில் அடக்கம் பண்ணப்பட்டு இருந்தாலும் அவர்கள் மரிக்கவில்லை. இயேசு கூறினார்: ஆபிரகாம், ஈசாக்கு, யாக்கோபின் தேவனாகிய கர்த்தர் இருக்கிறார் - அவர் இருந்தவர் அல்ல, இருக்கிறவராக இருக்கிறார். அவர் மரித்தோர்களின் தேவன் அல்ல, அவர் ஜீவனுள்ளோரின் தேவன்.

பாகம் VI: யோசேப்பு மற்றும் இயேசு

யோசேப்பு: Joseph

ஆதியாகம புத்தகத்தின் இறுதிப்பகுதி, அனைவருக்கும் மிகவும் தெரிந்த யோசேப்புவின் வரலாறு. இவரது கதை சிறியோர், பெரியோர் யாவருக்கும் பொருந்துகின்ற படிப்பினையாக உள்ளது. ஒரு 'நல்ல பையன் தீமைகளின் மேல் வெற்றிக்கொள்ளும் கதையிது. பலவர்ண ஆடை போன்ற குறிப்புகள் பொருந்தியவராகத் தோன்றினாலும், இக்கதை இசையோடு இணைந்ததாக கொண்டுவரப்பட்டுள்ளது. பலவர்ண ஆடை என்பதைவிட நீண்ட கைகளுடைய விசேஷித்த ஓர் உடையாக இருந்திருக்கக் கூடும். பெறப்படும் முக்கிய கருத்து என்னவென்றால் யோசேப்பு மற்ற எல்லாருக்கும் ஒரு மேற்பார்வையாளனாகவும், தலைவனாகவும், தான் எந்த உடலுழைப்பை தர வேண்டிய சாதாரண பணிகளை செய்ய வேண்டுவதில்லை என்பதாகவும் உயர்வாக இருக்கும்படியாக வைக்கப்பட்டார் என்பதாகும். இந்த பாரபட்சமான காரியங்கள் பொருத்தமற்றதாக தோன்றியது. ஏனெனில் அவர் மூத்தகுமாரர் அல்ல. இதன்காரணமாகவே, சகோதரரிடையே அவர்மீது கோபமும் வெறுப்பும் தோன்றியது.

யோசேப்பு நாலாம் தலைமுறையினர். ஆபிரகாமின் கொள்ளுப்பேரர். எனினும் அவர் குடும்பத்தில் மூத்த பிள்ளை அல்லர். இங்கே ஒரு தெளிவான கட்டமைப்பு உள்ளது. இயற்கையான முதல் வாரிசு கடவுளின் ஆசீர்வாதத்திற்கு உரிமை பெறுவதில்லை. அதற்குரிய

வாய்ப்பு குடும்பத்தில் இளைய குமாரர்களுக்கேத் தரப்படுகிறது.

எனினும், ஒரு முக்கிய வழிவகையில் இந்த கட்டமைப்பு தொடராமல் உள்ளது. நான் முன்பே கூறியிருந்தேன். யோசேப்புக்கும் மற்ற மூன்று தலைமுறையினருக்கும் இடையே ஒரு பெரும் வேறுபாடு உள்ளது என்பதாக. கடவுள் தம்மை ஒருபோதும் யோசேப்பின் தேவன் என்று கூறிக் கொள்ளவே இல்லை. தேவதூதர்கள் ஒருபோதும் யோசேப்பிற்கு தோற்றமளிக்கவில்லை. மூன்று முன்னோர்களின் வாழ்வில் நடந்ததுபோல சகோதரர்கள் புறக்கணிக்கப்படவில்லை. அவருடைய சகோதரர்கள் சேத்தின் வம்சாவளியில் இடம் பெற்றவர்களாக உள்ளனர். ஆகவே அந்த காரியத்தில் அதே முரண்பாடு காணப்படுவதில்லை.

இதன் மேலாக யோசேப்பிடம் கடவுள் நேர்முகமாக ஒருபோதும் பேசவில்லை. அவர் கனவுகளை கடவுளிடமிருந்து பெற்று அவைகளுக்கான பொருள் விளக்கங்களையும் பெறுகிறார். ஆனால் மற்ற மூன்று முற்பிதாக்களைப் போல ஒருபோதும், உண்மையில் நேரடியான தொடர்புகளைச் கடவுளிடத்திலிருந்து பெறவில்லை.

எனவே யோசேப்பு தானே தனித்து நிற்பது போல தோன்றுகிறது. ஏன் அவர் மற்றவர்களிடமிருந்து வேறுபட்டு நிற்கிறார். நமக்கு ஏன் அவருடைய வரலாறு கூறப்படுகிறது.

ஒரு பக்கத்தில் பார்க்கையில் இதற்கான காரணம் வெளிப்படையானது. ஏனெனில் யோசேப்பின் கதை இயற்கையாக வேதாகமத்தில் அடுத்த நூலாகிய யாத்திராகம நூலோடு இணைந்ததாக வருகிறது. யாத்திராகமத்தில் யோசேப்பின் குடும்பம் எகிப்தில்

அடிமைகளாக இருந்தனர். அவர்கள் எவ்வாறு அங்கு சென்று சேர்ந்திருந்தனர் என்ற விவரம் ஓரளவு நமக்கு சொல்லப்பட வேண்டியதாக உள்ளது. உணவு பஞ்சத்தின் காரணமாக, ஆபிரகாம், ஈசாக்கைப்போலவே யாக்கோபின் குடும்பமும் எகிப்துக்கு சென்று வாழ்ந்திருந்தனர். எகிப்து மழையை எதிர்நோக்கியிருக்கத் தேவையின்றி எத்தியோப்பிய மேட்டு நிலத்திலிருந்து பாயும் நைல் நதியினால் வளமாக்கப்படுகிறது. ஆனால் இஸ்ரேல் நாடு தனது பயிர் விளைச்சலுக்காக,

மத்தியத்தரைக்கடலிலிருந்து வீசும் மேற்கத்திய காற்றினால் பெறக்கூடிய மழையைத்தான் எதிர்நோக்கியிருக்க வேண்டியதாக உள்ளது. ஆகவே மிகக் குறைந்த பட்சமாக யோசேப்பின் கதை நம்மை அடுத்த நூலாகிய யாத்திராகமத்தோடு இணைந்து கொள்ளச் செய்கிறது. யோசேப்பின் காலத்திலிருந்து ஏறக்குறைய 400 ஆண்டுகளுக்கு வரலாற்று நிகழ்வுகள் திரையிடப்பட்டது போல உள்ளன. அது குறித்து அந்த காலக்கட்டத்தில் என்னவெல்லாம் நிகழ்ந்தன எனவும் நமக்கு ஒன்றும் தெரியவில்லை. மூடுதிரை உயர்த்தப்படுகின்றபோது குடும்பத்தின் மக்கள் அநேக நூறு ஆயிரங்களாகப் பெருகிவிட்டிருந்தனர் - ஆனால் இப்போது அவர்கள் எகிப்தில் அடிமைகளாக இருக்கின்றனர்.

இந்த ஒரே காரணத்திற்காகத்தான் யோசேப்பின் கதை ஆதியாகமத்தில் சேர்க்கப்பட்டது என்றால் ஏன் அதற்கு அவ்வளவு, இடமும், காலமும் அளிக்கப்பட்டது? நமக்கு ஆபிரகாம் பற்றி தேவையான விவரங்கள் கூறப்பட்டுள்ளன. அவை ஈசாக்கு அல்லது யாக்கோபுவைக் காட்டிலும் மிக அதிகமானது. யோசேப்பைக் குறித்து ஏன் நமக்கு அவ்வளவு விவரங்கள் அளிக்கப்பட்டுள்ளன? ஒரு

நல்லவன் நல்லொழுக்கம் உடையவனைப்பற்றி ஓர் எடுத்துக்காட்டான யோசேப்பின் வாழ்வைக் கூறுவதற்காக மட்டுந்தானா? இறுதியில் நல்ல தன்மையே வெற்றியடையும் என்பதைக் கூறவா? - உண்மையில் இதைக்காட்டிலும் வேறு முக்கிய காரணம் இருக்கக்கூடும்.

குறைந்த பட்சம் யோசேப்பின் கதையை நான்கு நிலைகளில் நாம் வாசிக்க முடியும்.

1. மனுஷீக நோக்கு - Human Angle

முதலாவது சாதாரணமாக மனுஷீக நிலை. இது தெளிவானதும் மிகச்சிறப்பாகக் கூறப்பட்டதும், உண்மையான பங்கேற்பாளர்களை உடையதுமாக இருக்கிறது. ஒரு புதினத்தைக் காட்டிலும் மிகப்பெரும் சாகசங்கள் நிறைந்ததாகவும், விநோதமானதாகவும் உள்ளது. சில அசாதாரணமான நிகழ்வுகளும் இதில் அடங்கியுள்ளன. யோசேப்பின் வாழ்க்கையை அதிகாரம் 1ல் தாழ்ந்த நிலைமை என்றும் அதிகாரம் 2ஐ உயர்ந்த நிலைமை என்றும் இரண்டு பிரிவுகளாகப் பிரித்துக் கொள்ளலாம். தனது தகப்பனின் நேசபாசத்திற்குரிய மகனாக விளங்கி வீட்டுச்சிறை அடிமைகளாக தாழ்ந்து சென்ற நிலைமையும், மறக்கப்பட்ட சிறைக்கைதி என்ற நிலையில் இருந்து தேசத்தின் பிரதான மந்திரியாக உயர்ந்த நிலைமையும் யோசேப்பின் வாழ்வின் நிகழ்வுகளாக உள்ளன. இவைகளுக்கு இடையில், சகோதரர்களின் பொறாமையினால் யோசேப்பின் வாழ்வில் ஏற்பட்ட தாழ்ந்த நிலையும், அதிலிருந்து அவர் வாழ்வின் வெற்றி முகத்திற்கான சாவி கனவுகளுக்கான அவரது பொருள் விளக்கங்களிலும் அடங்கியிருந்ததைக் காண்கிறோம். எனவே மனுஷீக நோக்கில் இலண்டன் மாநகரின் மேற்கில் உள்ள இசைக்குழுவினரின் நிகழ்ச்சிகளுக்கு யோசேப்பின்

வாழ்க்கை கருப்பொருளாக அமைந்து ஆயிரக் கணக்கானோர் கண்டுகளிக்கும் இசை விருந்தாக அமைந்துள்ளது.

கடவுளின் பார்வையில் (God's Angle)

கடவுளின் பார்வையிலும் யோசேப்பின் வாழ்க்கையை நாம் வாசித்தறிய முடியும். யோசேப்பிடம் தேவன் நேர்முகமாகப் பேசவில்லையென்றாலும், தமது நோக்கங்களையும், திட்டங்களையும் நிறைவேற்றுவதற்கான சூழல்களையும், கனவுகளின் பொருள் விளக்கங்களையும், கனவுகளையும் அளித்து திரைமறைவில் அனைத்தையும் அளித்து யோசேப்பின் வாழ்வை ஒழுங்குபடுத்தியவராக இருந்தார். வேதத்தில் கடவுள் இவ்விதமாக கனவுகளின் மூலமாக மக்களுடன் பேசவிரும்புகிறார் என்பது தெளிவாகிறது. ஆனால் எப்போதும் அக்கனவுகளுக்கு பொருள் விளக்கமும் தேவைப்படுகிறது. யோசேப்பு இந்த கனவுகள் தேவனிடத்திலிருந்து வருகிறது எனவும் அவற்றிற்கான பொருள் விளக்கங்களும் அவரிடமிருந்தே வருகின்றன என்பதையும் தெளிவாக கூறியிருக்கிறார். தானியேலும் யோசேப்பைப் போலவே இந்த வரங்களைப் பெற்றிருந்தார் என்பது குறிப்பிடத்தக்கது. யோசேப்பு தனது வாழ்வின் சூழ்நிலைகள் தேவனால் நிர்ணயிக்கப்பட்டவை எனவும், தனக்கு நேர்ந்தயாவற்றின் பின்புலமாக தேவன்தாமே இருந்தார் என்பதையும் நம்பி விசுவாசித்தார்.

யோசேப்பு, தனது சகோதரர்களை மனத்தாழ்மையும், பெருங்குழப்பமான இலச்சையையும் அடையச் செய்து இறுதியாக தன்னையாரென்று அவர்களுக்கு வெளிப்படுத்தினபோது கூறிய வார்த்தையே (45:7) யோசேப்பின் வரலாற்றின் மிக முக்கிய திறவுகோலான

வசனமாகும். தன் சகோதரர் தனக்கு செய்த தீமைகளை மன்னித்ததோடல்லாமல் அவர்களோடு பட்சமாகப் பேசி "பூமியிலே உங்கள் வம்சம் ஒழியாமல் இருக்கும் படி உங்களை ஆதரிக்கிறதற்காகவும், பெரிய இரட்சிப்பினால் உங்களை உயிரோடே காப்பதற்காகவும், தேவன் என்னை உங்களுக்கு முன்னமே அனுப்பினார் (45:7) என்றார்.

யோசேப்பின் சகோதரர் ஒட்டகத்தில் ஏறிச்செல்லும் வியாபாரிகளிடம் அடிமையாக யோசேப்பை விற்றுபோட்டு, அவருடைய பலவர்ண விஷேசித்த ஆடையை ஆட்டு இரத்தத்தால் கறைபடுத்தி, தங்கள் தகப்பனாரிடம் யோசேப்பு நேசத்திற்குரிய குமாரன் போய்விட்டதாக நம்ப செய்வதின் மூலம் அவனை ஒருவழியாக ஒழித்துக் கட்டிவிட்டதாக எண்ணிக் கொண்டனர். இருந்தபோதிலும், கர்த்தரின் கரம் அதிலே இருப்பதை யோசேப்பினால் கண்டு கொள்ள முடிந்தது. எகிப்திலே தனது பணியினை பார்வோனின் கனவுக்கு பொருள் கூறியதின் மூலம் உயர்ந்த அதிகாரியாக உயர்த்தப்பட்டதையும் எண்ணிப்பார்க்க முடிந்தது. (செழுமையான காலங்கட்டங்களும், அதைத்தொடரும் 7வருட வறுமையான பஞ்சகாலங்களும் வரும் என்பதாக யோசேப்பு பார்வோனின் கனவுகளுக்கு பொருள் கூறியிருந்தார்) யோசேப்பு ராஜாவாகிய பார்வோனுக்கு ஆலோசனைக்கூறி ஏழுவருட செழுமையான காலத்தில் நாட்டின் உணவுக்களஞ்சியத்தை நிரப்பும்படியாக செய்தார். இதன் காரணமாக 7வருட பஞ்சகாலத்தின்போது முழுதேசமும் காப்பாற்றப்பட்டது. அவருடைய சொந்த குடும்பத்தினரும் அவ்வாறே காப்பாற்றப்பட்டனர். அனைத்து மக்களின் பஞ்சகால இரட்சகராக, யோசேப்பு விளங்கினார்.

யோசேப்பின் குடும்பம், எகிப்துக்கு குடிபெயர்ந்து போய் சேர்ந்ததிலும் கடவுளின் வழிநடத்துதல் இருந்ததைக்

காணமுடிகிறது. கடவுள் ஆபிரகாமுக்கு தேசத்தை அளிப்பேன் என்று வாக்களித்திருந்தபோதிலும், அநேக வருடங்களுக்கு முன்பே, அம்மோனியர்களின் வஞ்சகம் முடிவடையும் வரைக்கும் தன்னுடைய குடும்பத்தை 400 வருடங்கள் எகிப்திலே விட்டு வைத்திருக்க வேண்டும் என்று கூறியிருந்தார். கடவுள் ஆபிரகாமின் குடும்பம், வாக்களிக்கப்பட்ட தேசத்தை அங்கு வசித்துக்கொண்டிருந்த மக்களிடமிருந்து, அவர்கள் பயங்கரமானவர்களாகவும், தங்களின் தேசத்தையும், உயிர்களையும் காப்பாற்றிக்கொள்ளக்கூடிய வலிமை படைத்தவர்களாகவும் ஆகும் வரையில் சுதந்தரித்துக்கொள்ள விடவில்லை. கடவுள் நீதியுள்ள தேவன். ஏற்கனவே வசித்துக்கொண்டிருந்த மக்களைத் தள்ளி விட்டு தனது ஜனங்களை அவர்களின் தேசத்திலே அப்படியே தள்ளிவிடுவதற்கு அவர் விரும்பவில்லை. புதைப்பொருளாராய்ச்சி அவர்கள் எவ்வளவு பயங்கரமானவர்களாக இருந்திருப்பார்கள் என்பதை சுட்டிக்காட்டுவதாக உள்ளது. பாலியல் தொடர்பான பயங்கர வியாதிகள், அவர்களுடைய தகாத பாலியல் உறவுகளால் மிகவும் முற்றிய மோசமான நிலைமைகளில் காணப்பட்டது. அதன் காரணமாக அவர்கள் அதிலிருந்து திரும்பிவரக்கூடிய சூழ்நிலைகள் இருக்கவில்லை. அதன்பிறகுதான் தமது மக்கள் அந்த தேசத்தை சுதந்திரித்துக் கொள்ளலாம் எனக் கடவுள் கூறியிருந்தார். கடவுள் அநியாயமாக அந்த (கானான்) தேசத்தை எடுத்து தமது மக்களுக்கு கொடுத்துவிட்டார் என்று சிலர் அறியாமையால் தவறான புரிதலின் காரணமாகக் கூறுவது உண்டு.

ஆனால் இதற்கு வேறுகாரணங்களும் இருந்தன. கடவுள் தாம் தெரிந்தெடுத்த ஜனம் அடிமைகளாக ஆகவேண்டும் என விரும்பினார். அவருடைய திட்டத்தில் ஒருபகுதியாக அது இருந்தது. அடிமைகளான தம்முடைய ஜனங்களை அடிமை

தனத்திலிருந்து மீட்டெடுக்கும் போது அவர்கள் பரலோகத்தின் ஆளுகையின் கீழ் இருக்கிற தங்களை பாக்கியவான்கள் என உணர்ந்து கொள்வார்கள் என்று கடவுள் எண்ணினார். எனவே அவர் அவர்களை அடிமைத்தனத்தின் தீமைகளுக்கெல்லாம் ஒப்புக் கொடுத்து விட்டார். வாரத்தின் ஏழுநாட்களும் சம்பளமின்றி ஓயாமல் உழைப்பது, தங்களுக்கென்று ஒரு நிலப்பகுதி இல்லாதிருப்பது, தங்கள் கைகளில் பணம் இன்றி தங்களுடையது என எதுவும் இல்லாதிருப்பது ஆகிய துன்பங்களின் ஊடாக சென்றுவர தேவன் அனுமதித்துவிட்டிருந்தார். பின்னர் அவரை நோக்கி அவர்கள் கூக்குரலிட்டபோது அவர் தமது வல்லகரங்களால் அவர்களை மீட்டெடுத்தார். கடவுள் தனக்காகவே இவைகளை நிகழும் படி செய்தார். கடவுள்தான் தங்களை விடுவித்தவர், தங்களின் சொந்த நாட்டைக் கொடுத்தவர் என்று தம்மக்களை நன்கு அறிந்துணர்ந்து கொள்ள விரும்பினார்.

3. யோசேப்பின் அருங்குணங்கள்:

யோசேப்பின் குணநலன்களைப் பற்றிய ஓர் ஆய்வாக இந்தக் கட்டுரையை நாம் அணுகலாம். யோசேப்பின் குணங்களில் எந்த குறைவும் குறிப்பிடப்படவில்லை, ஆபிரகாம், ஈசாக்கு மற்றும் யாக்கோபு என்பவர்களைக் குறித்து முழுமையான உண்மையையும், நிகழ்வுகளையும் தான் வேதாகமம் குறிப்பிட்டுள்ளது என்பதை ஏற்கனவே நாம் அறிந்துள்ளோம். அவர்களும் பலவீனர்களாகவும், பாவம் செய்தவர்களாகவும்தான் இருந்துள்ளனர். யோசேப்பைக் குறித்து ஒரே ஒரு குற்றசாட்டு கூட காணப்படவில்லை. அவர் செய்த ஒரு தகாத காரியம் என்னவென்றால் எதிர்காலத்தில் தனக்கு நேரப்போகும் உயர்நிலையைக் குறித்த கனவுகளை தனது சகோதரர்களுக்கு கூறியதுதான். ஆனாலும் யோசேப்பின் குணநலன்களில்

எந்தவிதமான தவறான பாதிப்புகளோ எதிர்வினைகளோ காணப்படவில்லை. சமூக ஏணியில் அவர் கீழே சரிந்த வேளையில் அவருடைய எதிர்வினைகள், முதல் தரமானவை. பார்வோனின் சிறையில் மரணத்தை எதிர்பார்த்து இருக்கையில் எந்தவிதமான வெறுப்போ, முணுமுணுப்போ, கடவுளை கேள்விகேட்பதோ, சிறையில் வந்து அடைப்பட்டுக் கிடக்கும்படி நேர்ந்து விட்டதில் எந்தவித அநியாயம் பற்றிய உணர்வோ எதுவுமே யோசேப்பிடம் இருக்கவில்லை. இதற்கும் மேலாக, தன் வீட்டைவிட்டு வெகுதூரத்தில் இருந்தபோதும், யாராலும் அறியப்படாது இருந்த போதிலும் போர்த்திபாரின் மனைவி தன்னை தவறான ஒழுக்கத்திற்கு அழைத்தப் போது தன்னுடைய தன்மான ஒழுக்க நெறிகளை உறுதியாய்க் காத்துக்கொண்டார். மிகவும் அடிப்பட்ட நிலையில் பார்வோனின் சிறையில் பாடு அனுபவித்துக் கொண்டிருக்கும் வேளையிலும் பிறருக்கு உதவிபுரியும் கரிசனை உடையவராக இருந்தார். தன்னோடு சிறைபட்டிருந்த பானபாத்திரக்காரன் மற்றும் அப்பம் சுடுகிறவன் ஆகிய இருவருக்கும் உதவி புரிய விழைகின்ற நல்மனம் கொண்டவராக இருந்தார். தன்னலத்தைப் பற்றி சிறிதும் கவலைக் கொள்ளாமல் பிறர்நலமே போற்றுகிறவராக இருந்தார்.

பார்வோனின் அரசாங்கத்தில் தேசத்தில் இரண்டாவது பெரிய அதிகாரியாக உயர்த்தப்பட்ட நேரத்திலும் கூட அவரது பண்புகளில் எவ்வித அப்பழுக்கும் காணப்படவில்லை; தன்னை அடிமையாக வியாபாரிகளிடம் விற்றுப்போட்ட அவருடைய சகோதரரிடம் அவர் நடந்து கொண்ட விதம் கவனித்துப் போற்றப்படக்கூடியதாக இருந்தது. அவர்களுக்கு விலையின்றி ஆகாரம் கொடுக்கிறார். அவர்கள் உணவுப் பண்டத்திற்காக கொடுக்கும் பணத்தை அவர்களுடைய பைகளிலேயே வைத்து அனுப்புகிறார். கண்ணீரோடு அவர்களை மன்னிக்கிறார். பார்வோனிடம் பரிந்து

பேசி அவர்கள் வசிப்பதற்காக, நைல் ஆற்றங்கரையில் ஒரு நிலத்தை வாங்கிக் கொடுக்கிறார். அவர்கள் அவரை எறிந்து போட்டு தகப்பனாரிடம் அவர் இறந்து போனதாக போய்க்கூறியிருந்தார்கள். ஆனால் யோசேப்போ அவர்களின் தேவைகள் யாவற்றையும் பூர்த்தி செய்பவராக இருக்கிறார்.

யோசேப்பு பகைமையினாலோ, அடைந்த பெரும் கௌரவத்தினாலோ ஒரு சிறிதும் பாதிக்கப்படாதவராகவே இருந்தார். அவர் பூரண திடசித்தமும் ஒழுக்கமும், சுயமரியாதை மிக்கவருமாக விளங்கினார். பழைய ஏற்பாட்டில் இவர் ஒருவர் மாத்திரமே மிகச்சிறந்த பண்புகளைப் பெற்றிருந்தவராகக் குறிப்பிடப்பட்டுள்ளது. பழைய ஏற்பாட்டு நூல்களில் யோசேப்பைத் தவிர அனைவரும் பலம், பலவீனம், நிறை குறைகள் உடையவர்களாகத்தான் விவரிக்கப்பட்டுள்ளனர். ஆனால் இங்கே யோசேப்பு மாத்திரமே அதிகமான வலிமையுடையவராக இருந்தார். வேதத்தில் இவரைப்போல இன்னும் ஒரே ஒரு மனிதர்தான் இருக்கிறார்.

வேதத்தில் யோசேப்பின் கதைநடுவே ஒரு அதிகாரம் ஓர் அதிர்வை ஏற்படுத்தும் படியாக இடம்பெற்றுள்ளது. அது யோசேப்பின் சகோதரனாகிய யூதாவைப் பற்றிய விவரங்கள் ஆகும். யோசேப்பு என்னும் இந்த நல்ல மனிதனின் வரலாற்றின் இடையில், அவருடைய சொந்த சகோதரனாகிய யூதாவின் முரண்பாடான விவரங்கள் இடம் பெறுகின்றன. யூதா, ஒரு வேசியென்று எண்ணிக்கொண்டு ஒரு பெண்ணிடம் சென்று வருகிறார். ஆனால் அப்பெண் அவருடைய மருமகளே. முக்காடிட்டுக் கொண்டு வந்தவள். அவளோடு முறையற்ற உறவுகொள்ளும் மிகமோசமான விவரம் யோசேப்பின் வரலாற்றின் நடுவே இடம்பெற்றுள்ளது. இதற்கான காரணம் என்ன?

யோசேப்பு யூதாவின் நடத்தையிலிருந்து முரண்பட்டு, எந்த சோதனையிலும் தடுமாறிப்போகாமல் ஒழுக்க நெறியின் திடசித்தமாக இருந்தார் என்பதை எடுத்துக்காட்டவே யூதா பற்றிய விவரங்கள் இடம்பெற்றுள்ளன. ஆபிரகாம் லோத்துலிருந்தும் ஈசாக்கு இஸ்மவேலிடமிருந்தும் யாக்கோபு ஏசாவிலிருந்தும் எவ்வாறு வேறுபட்டு நின்றார்களோ அவ்வாறே யோசேப்பும் தன் சகோதரனாகிய யூதாவிலிருந்து முரண்பட்டுக் காணப்படுகிறார்.

4. இயேசுவின் ஓர் பிரதிபலிப்பு: (A reflection of Jesus)

இதுவரை யோசேப்பின் கதையை மூன்று நிலைகளில் ஆராய்ந்து இருக்கிறோம். மிகவும் கீழ்மட்டத்திற்குத் தள்ளப்பட்ட ஒரு மனிதனின் கதையாக தாழ்விலிருந்து உயர்நிலைக்குசென்று, பின்னர் தன் சொந்தங்களுக்கும், எகிப்து தேசம் முழுமைக்கும் இரட்சகனாக மாறியது. கடவுள் மேலாண்மையுடன் தமது ஜனங்களைக் காப்பதற்காக யோசேப்பின் வாழ்க்கையைப் பயன்படுத்தினார் என்பதான வரலாற்றுப் பகுதி, மூன்றாம் இறுதியானதுமாக நேர்மையான மனிதனாக யோசேப்பு தாழ்விலும் உயர்விலும், சத்தியம், நேர்மை, நன்மையானவைகளில் நிலைகொண்டிருந்த வரலாறு என மூன்று நிலைகளை யோசேப்பின் வரலாற்றில் காண்கிறோம்.

யோசேப்பின் வரலாற்றில் உள்ள மூன்று நிலைகளில் ஒவ்வொன்றிலும் நமக்கு இயேசுவை நினைவூட்டுவதாக உள்ளது. யோசேப்பு இயேசுவின் மாதிரியாக இருந்திருக்கிறார். இதன் பொருள் இயேசுவை முன்னமே நிழலாகக் காட்டுபவராக இருந்துள்ளார். கடவுள் தமது குமாரனாகிய இயேசுவிலே நடப்பிக்கபோகும் காரியங்களை முன்னமே நமக்கு காட்டுவதுபோல இது இருக்கிறது.

யோசேப்பைப் போலவே இயேசுவும் தமது சகோதரர்களால் புறக்கணிக்கப்பட்டு அனைவராலும் மிகவும் வெறுத்து ஒதுக்கப்படும் நிலைவரைத் தள்ளப்பட்டார். அதன்பின்னர் அனைவருக்கும் இரட்சகராக உயர்ந்து தமது ஜனங்களின் கர்த்தராக உயர்ந்தார்.

'மாதிரி' அல்லது சாயல் என்பதை நாம் உணரும்போது, ஒப்பிடல் மிகவும் குறிப்பிடத்தக்கதாக உள்ளது. யோசேப்பின் வரலாற்றைப் படிக்க படிக்க இயேசுவின் சித்திரத்தையே நாம் காணமுடிகிறது. தாம் பின்னாட்களில் செய்யப்போவதைத் திட்டத்தெளிவாக உணர்ந்தவராக கடவுள் தமது மக்களுக்கு சிலக்குறிப்புகளை முன்னரே கொடுத்துக் கொண்டு வந்திருக்கிறார். இயேசுவே தம்மைக்குறித்து பழைய ஏற்பாட்டின் ஆகமங்களில் சொல்லப்பட்டிருப்பதை ஆராய்ந்தறியும் படி ஊக்கப்படுத்தினார். நாம் பழைய ஏற்பாட்டை படிக்கையில் இயேசுவின் குணாதிசயங்களை, அவரது , சாயலை, நிழலைத் தேடுகிறவர்களாக இருக்கவேண்டும். இயேசுவே அரும்பொருள், ஆனால் அவரது நிழல், பழைய ஏற்பாட்டின் பக்கங்களின் ஊடாக, குறிப்பாக ஆதியாகமத்தின் பக்கங்களில் தெளிவாக விழுகிறதைக் காணலாம்.

ஆதியாகமத்தில் இயேசு (Jesus in Genesis)

யோசேப்பை இயேசுவின் சித்திரமாக நாம் பார்க்கத் தொடங்கியுவுடன், ஆதியாகமத்தில் பல்வேறு இடங்களிலும் நாம் இயேசுவைக் காண முடியும்.

விசுவாசமுடையவனுக்கு கடவுளின் பதிலாக யோசேப்பு ஒரு மாதிரியாகத் திகழ்கிறார். ஒரு மனிதனின் வாழ்வைத் தமது கையில் எடுத்து தமது மக்களின் தேவைகளைச் சந்திக்கும் வகையில் அவனை

இரட்சகனாகவும், கர்த்தனாகவும் மாற்றுகிறார் என்பதை யோசேப்பின் வாழ்வு செயல்படுத்திக் காட்டுகிறது.

வம்சாவளிகள் (Genealogies)

ஆதியாகமத்தில் கொடுக்கப்பட்டுள்ள வம்சாவளி உண்மையில் நமது ஆண்டவராகிய இயேசு கிறஸ்துவின் வம்சாவளியே. மத்தேயு 1ஆம் அதிகாரம் லூக்கா 3ஆம் அதிகாரம் ஆகியவைகளை நாம் படிக்கும் போது வம்சாவழிகளில் ஆதியாகம புத்தகத்திலுள்ள வம்சாவழிப் பெயர்களைக் காணலாம். இயேசு தோன்றியிருக்கின்ற தேசத்தின் வம்சம் நேராக மரியாளின் குமாரன் என்கிற வரை நீண்டு செல்வதைக் காணலாம். இயேசுவுக்குள் இருக்கும் ஒவ்வொருவனும் தனது குடும்ப மரத்தை வம்சாவளியினை இப்படியாகக் கணித்துக் கொள்ளலாம். நமக்கு மிக முக்கியமான முன்னோர்கள் இருக்கிறார்கள். கிறிஸ்துவின் மேல் நாம் கொண்டுள்ள விசுவாசத்தினால் நாம் ஆபிரகாமின் பிள்ளைகளாக இருக்கிறோம்.

ஈசாக்கு (Isaac)

ஆதியாகமத்தில் உள்ள நபர்களின் பண்புகளை நாம் ஆராய்ந்தால் இயேசுவின் இலட்சணங்களோடு ஒத்துப் போகும் பலவற்றை நாம் காண முடியும். நாம் யோசேப்பைக் குறித்து ஏற்கனவே கண்டோம். இப்போது ஆபிரகாமின் நாட்களுக்கு பின்னோக்கிச் சென்று ஈசாக்கை பலியிடும்படி கர்த்தர் ஆபிரகாமுக்கு சொன்னதைப் பார்ப்போம். ஒரு குறிப்பிட்ட மலையான மோரிய மலைக்குப் போகும் படியாக ஆபிரகாமுக்கு சொல்லப்படுகிறது. பல வருடங்களுக்குப் பின்னர் அதே மோரியா மலை கொல்கொதா என்று அழைக்கப்படுகிறது. அங்கே தான் ஆபிரகாமைப் போல, கடவுளும் தனது ஒரே பேரான நேசகுமாரனை பலியாகக் கொடுத்தார். ஆதியாகமம் 22ஆம்

அதிகாரம், ஈசாக்கு ஆபிரகாமின் நேசத்திற்குரிய ஒரேமகன் என்று சொல்லப்படுகிறது. பலியிட அழைக்கப்பட்டபோது ஈசாக்கு தனது 30 வயதுகளின் ஆரம்பத்தில் இருந்தார். தனது தகப்பன் தன்னை வெட்டப்படும்போது எதிர்ப்பை வெளிப்படுத்தியிருக்க அவரால் முடிந்திருக்கும். ஆனால் ஈசாக்கு தன்னைக் கட்டப்பட்டவராக பலிபீடத்தில் கிடத்தப்பட பூரணமாக ஒப்படைத்திருந்தார்.

கடவுள் ஆபிரகாமை சரியான குறித்த நேரத்தில் தடுத்தாட்கொண்டு முட்புதர்களில் கொம்புகளால் சிக்கிக்கொண்டிருந்த ஒரு ஆட்டை காண்பித்து அதை பலியிடும்படி செய்கிறார். பல நூற்றாண்டுகளுக்குப்பின் யோவான் ஸ்நானகன், இயேசுவைக் குறித்து "இதோ உலகத்தின் பாவத்தை சுமந்து தீர்க்கிற தேவாட்டுக்குட்டி" என்று குறிப்பிடுகிறார். ஆட்டுக்குட்டி என்ற வார்த்தை இயேசு கிறிஸ்துவைக் குறிப்பதாக அடிக்கடி பயன்படுத்தப்படுகிறது. ஆனால் மிகவும் சிறிய ஆட்டுக்குட்டிகளால் பலிக்கு பயன்படுத்துவது இல்லை. ஒரு வருட வயதுடைய குட்டிகளையே பலியிடப்படுவதற்கு பயன்படுத்தினார்கள். வெளிப்படுத்தின விசேஷத்தில் ஏழு கொம்புகளுடைய ஆட்டுக்குட்டி எனக் குறிப்பிடப்பட்டுள்ளது. அவ்வாட்டுக்குட்டியின் பலத்தைக் குறிப்பிடுவதாக உள்ளது. கடவுள் ஆபிரகாம் தன் மகனுக்குப் பதிலாக பலியிடுவதற்கு ஒரு ஆட்டுக்குட்டியைக் காண்பிக்கிறார். முட்புதர்களில் சிக்கிக் கொள்ளும் அளவிற்கு கொம்புகள் நிறைந்த ஆட்டுக்குட்டியாக அது காணப்படுகிறது. அங்கு கடவுள் தனக்கு ஒரு புதிய நாமத்தை 'நான் எப்போதும் உனக்கு வேண்டியதை அளிப்பவர்' (I am always your provider) அளித்துக் கொள்கிறார். அதே இடத்தில் முட்களால் தலையில் கிரீடம் சூடப்பட்டவராக முப்பதுவயதுகளின் ஆரம்பத்தில் உள்ள ஒருமனிதன் பலியிடப்பட்டார்.

இப்போது அங்கே இயேசுவின் சித்திரத்தை அதில் காண்கிறீர்களா?

மெல்கிசேதேக் (Melchizedek)

ஆபிரகாமுக்கும், ராஜாவும், ஆசாரியனாகவும் இருக்கிற ஒருமனிதனோடு நிகழும் ஒரு சந்திப்பை நாம் மிகக் கவனமாக நோக்கிப் பார்ப்பது மிகச்சிறந்தது. அவர் சாலேம் நகரத்து ராஜாவாக இருக்கிறார். (அந்த நகரம் பின்னால் எருசலேம் என்று அழைக்கப்பட்டு வருகிறது) சிறைபிடிக்கப்பட்டுப்போன தனது குடும்பத்தாரை மீட்டெடுத்துக்கொண்டு திரும்பி வருகையில் ஆபிரகாம் தான் எதிரிகளிடமிருந்து வென்றெடுத்துக் கொண்டு வந்த கொள்ளைப் பொருளை சாலேம் நகரத்தினருகே வந்து சேருகிறார். அப்போது சாலேம் நகரம் ஒரு அந்நிய தெய்வ வணக்கமுடைய ஒரு நகரமாக இருந்தது. ஆபிரகாமின் தேவ வழிபாடுகளில் அவர்களுக்கு யாதொரு பங்கும் இருக்கவில்லை. அவ்விடத்தில் ஆபிரகாம் ஒரு விநோதமான மனிதனாகிய மெல்கிசேதேக்கை சந்திக்கிறார். இஸ்ரவேல் காண முடியாத ராஜாவும், ஆசாரியனுமான ஒரு விநோத மனிதனாக அவர் காணப்பட்டார். அவர் ஆபிரகாமுக்கும் அவரது கூட்டத்தாருக்கும் பசியாறுவதற்கு, அப்பங்களும் திராட்சை ரசமும் கொண்டு வந்தார். பதிலுக்கு ஆபிரகாம் தாம் போர் செய்து கொண்டு வந்திருந்த கொள்ளைப் பொருட்களில் எல்லாம் பத்தில் ஒரு பகுதியைக் கொடுத்தார். தசமபாகத்தை அந்த ராஜ ஆசாரியராகிய மெல்கிசேதேக்கிற்கு செலுத்தினார். புதிய ஏற்பாட்டில் இயேசுவைக் குறித்து இயேசு என்றென்றும் மெல்கிசேதேக்கின் வழிவந்த ஆசாரியராக இருக்கிறார் என்று கூறப்படுகிறது.

யாக்கோபின் ஏணி (Jacob's Ladder)

யாக்கோபின் ஏணியைப் பற்றி நாம் அறிவது என்ன? யாக்கோபு தனது வீட்டை விட்டு ஓடிப்போகையில் வழியில் வெளியில் இரவில் ஒரு கல்லின் மேல் தலைவைத்துப் படுத்துறங்கும் போது ஒரு ஏணியைப் பற்றிய கனவு காண்கிறார். (உண்மையில் அது தற்கால எஸ்கலேட்டர் போன்றதாக இருந்தது.) எபிரேயத்தில் அந்த ஏணி நகரும் ஏணியாக குறிப்பிடப்பட்டுள்ளது. ஒரு புறத்து ஏணி மேலேசெல்வதாகவும், மறுபுறத்து ஏணி கீழே வருவதாகவுமாக இருந்தது. அவைகளில் தேவதூதர்கள் ஏறுவதாகவும், இறங்குவதாகவும் காணப்பட்டது. ஏணியின் மேல்மட்டத்தில் கடவுள் வாசம் செய்யும் பரலோகம் இருப்பதாக யாக்கோபுக்கு தெரிந்தது.

யாக்கோபு விழிந்தெழுந்தபோதுதான் உண்டாக்கும் விளைபொருட்கள், மற்ற உருவாக்கும் பண்டங்கள் யாவற்றிலும் கடவுளுக்கு தசமபாகம் கொடுப்பேன் என்று வாக்குறுதி செய்கிறார். மோசேயின் காலம் வரையில் தசமபாகம் கொடுப்பது சட்டத்தில் இடம் பெறவில்லை. (யாக்கோபு தசமபாகம் கொடுக்க நினைத்தது கடவுளிடம் பேரம் பேசுவதற்காக அல்ல நான் பத்திரமாக திரும்பி வருவேனானால் இதைச் செய்வேன் என்கிறார் - எனினும் கடவுளிடம் நாம் பேரம்பேச முடியாது. கடவுள் உங்களோடு ஒரு உடன்படிக்கை செய்கிறார். நீங்கள் அவரோடு உடன்படிக்கை செய்யவில்லை. யாக்கோபு இந்தக் கடினமான வழியை பிற்காலத்தில் கற்றுக்கொள்ள வேண்டியதாக இருக்கிறது.

பல நூற்றாண்டுகளுக்குப் பின், இயேசு நத்தான்வேல் என்ற ஒரு மனிதனை சந்திக்கிறார். அவனிடம் நீ அத்திமரத்தின் கீழ் இருக்கும் போதே நான் உன்னைக் கண்டேன். நீ யூதன் என்றும் உன்னிடத்தில்

கள்ளம் கபடம் எதுவும் இல்லையென்றும் நான் அறிவேன்" என்கிறார். நத்தான் வேல் எப்படி அவர் தன்னை அறிவார் என்று கேட்கிறார். இயேசு நான் உன் வாழ்க்கையினை அறிந்திருக்கிறேன் என்று சொன்னதினாலா ஆச்சரியப்பட்டு விசுவாசிக்கிறாய். இதிலும் அரிதானவைகளைக் காண்பாய். இன்னும் வானம் திறந்திருக்கிறதையும் தேவதூதர்கள் மனுஷகுமாரனிடத்திலிருந்து ஏறுகிறதையும், இறங்குகிறதையும் நீங்கள் இதுமுதல் காண்பீர்கள்" என்று கூறுகிறார். என்ன வென்றால் "நானே யாக்கோபின் ஏணி; நானே வானலோகத்திற்கும் பூலோகத்திற்கும் இடையிலான இணைப்பு; நானே புதிய ஏணி" என்கிறார்.

ஆதாமும் ஏவாளும் (Adam and Eve)

இன்னும் பின்னோக்கி ஆதியாகமம் 3ஆம் அதிகாரத்தில் நாம் காண்போமாகில், கடவுள் ஆதாம் ஏவாளை தண்டித்து அனுப்புகையில் அந்த தண்டனைகளின் நடுவில் ஒரு வாக்குறுதியையும் அளித்து அனுப்புகிறார். கடவுள் பாம்பினிடத்தில் ஸ்திரியின் வித்து (வித்து என்பது எபிரேயத்தில் ஆண்பாலைக் குறிக்கும் சொல்) உன் தலையை நசுக்குவார் என்றார், நீ அவருடைய குதிகாலை நசுக்குவாய் என்றார். குதிகாலை நசுக்குவது மரணத்துக்கு ஏதுவானது அல்ல. ஆனால் தலையை நசுக்குவது மரணத்துக்கு ஏதுவாகும். இதுதான் கடவுளின் முதல் வாக்குறுதியாகும். இதன் பொருள் சாத்தானுக்கு ஒரு நாள் இப்படிப்பட்ட மரண அடி தரப்படும் என்பதாகும்.

ரோமர் 5 ஆம் அதிகாரத்தில் பவுல், ஒரு மனிதனின் கீழ்ப்படியாமை மரணத்தைக் கொண்டுவந்தது போல, ஒரு மனிதனின் கீழ்படிதல் மீண்டும் ஜீவனைக்

கொண்டு வந்தது என்கிறார். இதன்படி பவுல் இயேசுவை இரண்டாம் ஆதாம் என்று குறிப்பிட்டுள்ளார். ஏதேன் தோட்டத்தில் ஆதாம் 'நான் செய்யமாட்டேன்' என்று தன் கீழ்ப்படியாமையை வெளிப்படுத்தினான். ஆனால் கெத்சமெனே தோட்டத்தில் இயேசு, என் சித்தம் அல்ல உமது சித்தமே ஆகக் கடவது என்றார். என்ன ஒரு முரண்பாடு! இருவரும் ஒரு மனித இனத்தை தோற்றுவித்தவர்களாக இருக்கிறார்கள். முதலாம் ஆதாம் ஹோமோ (Homo sapiens) சேப்பியன்களில் பழைய மனிதர்களினத்தின் முதல் மனிதன். இரண்டாம் ஆதாம் ஆகிய இயேசு ஹோமோ நோவஸ் (Homonovas) புதிய இனத்தின் முதல் மனிதனாக இருக்கிறார்.

நாம் எல்லோரும் ஹோமோ சேப்பியன்களாகத்தான் பிறந்துள்ளோம்; கடவுளின் மூலமாகத்தான் நாம் ஹோமோ நோவஸ் இனமாக புது சிருஷ்டிகளாக ஆக்கப்படுவோம். புதிய ஏற்பாடு 'புதிய மனிதன்' புது சமுதாயம் என்றெல்லாம் கூறுகிறது. தற்போது உலகத்தில் இரண்டு மனித இனங்கள் உள்ளன. நீங்கள் ஆதாமின் இனம் (அல்லது) கிறிஸ்துவின் இனம் இவையிரண்டில் ஏதாவது ஒன்றைச் சேர்ந்தவர்களாக இருக்கலாம். முற்றிலும் புதிய மக்கள் இனம் புதிய பூமியை நிரப்பப் போகிறது. உண்மையில் அது புதிய பிரபஞ்சமாக இருக்கும்.

படைப்பு (creation)

புதிய ஏற்பாட்டில் காணக்கிடைக்கும் ஒரு முக்கியமான குறிப்பிடத்தக்க காரியம் என்னவென்றால் பிரபஞ்சத்தின் உருவாக்கத்திற்கு பொறுப்பாளர் இயேசுவே என்பதுதான். ஆரம்பகால சீடர்கள், இயேசு ஆதியாகமம் 1ஆம் அதிகாரத்தில் சொல்லப்பட்டுள்ள படைப்பின் காரியங்களில் ஈடுபாடு உடையவராக

இருந்தார் என்பதை அறிந்திருந்தார்கள். யோவான் தனது நற்செய்தி நூலின் ஆரம்பத்தில் 'படைக்கப்பட்ட யாதொன்றும் அவராலேயன்றி படைக்கப்படவில்லை' என்கிறார்.

எனவே ஆதியாகமம் 1 ஆம் அதிகாரத்தைப் படிக்கும் போது இயேசு அங்கே இருந்தார் என்று கண்டு கொள்கிறோம். கடவுள் கூறினார் நாம் நமது சாயலாய் மனிதனை உருவாக்குவோம் என்றார். இயேசு கடவுளின் பன்மைத்தன்மையில் பங்கு பெற்றிருந்தார் என்பது தெளிவு.

அநேக 10 ஆண்டுகளாக பூமியின் மேற்பரப்பு உருகிய பாறைகளின் மேல் நிலையாக நகர்ந்து கொண்டிருக்கும் கற்பாறை மலைகளைக் கொண்டுள்ளது என அறிகிறோம். அந்த நகரும் பலகைகள் ஒன்றோடொன்று மோதும் போது பூகம்பம் ஏற்படுகிறது. இந்த கற்பாறை பலகைகள் நகர்ந்து நகர்ந்து ஒன்றின்மேல் ஒன்றாக அடுக்கப்பட்டு நாம் தற்போது வாழ்ந்து கொண்டிருக்கும் நிலப்பகுதியை உண்டாக்கியுள்ளது என்பதைக் கண்டுபிடித்துள்ள விஞ்ஞானிகள் இந்த பலகைகளுக்கு புதிய பெயர் வைக்க விரும்பினர். அவைகளை டெக்ட்டானிக் பாறைகள் (Tectonic) என்று அழைக்கின்றனர். டெக்ட்டோன் Tectone என்பதற்கு கிரேக்கத்தில் தச்சன் என்று பொருள் உண்டு. இந்த முழு உலகமும் பூமியும் நாம் வாழும் இந்த பூமி முழுவதும் நாசரேத் ஊர் தச்சனால் உருவாக்கப்பட்டுள்ளது. நாசரேத்தின் தச்சன் என்ற பெயர் கர்த்தராகிய இயேசு கிறிஸ்துவைக் குறிப்பதாகும்.

எனவே ஆதியாகமம் குறித்து நாம் கற்க ஆரம்பித்த இடத்திலேயே முடிக்கலாம். 'படைப்பு' என்பதே, அது. கடவுள் உண்மையிலேயே தனது பிரச்சனைகளுக்கு மனிதன் தமக்கெதிராக போராட்டம் செய்கையில் எவ்வாறு அவைகளை எதிர்கொள்ளலாம் என

தாமே பதில் கொடுத்துக்கொண்டு இருக்கிறார். இந்த பிரச்சனைகளுக்கெல்லாம் ஒரே பதில் "இயேசு கிறிஸ்துவே". ஏனெனில் அவராலே உலகம் உருவானது, அவருக்காகவே உருவாக்கப்பட்டது. அவர் மூலமாகத்தான் நாம் அனைத்து வினாக்களுக்கும் விடைகளை பதில்களைக் கண்டுபிடிக்க முடியும்.

www.ingramcontent.com/pod-product-compliance
Lightning Source LLC
Chambersburg PA
CBHW052048070526
44584CB00017B/2105
9781917360036